നീചവൃത്തം

Neechavritham
Novel

A K Karnnan

CHINTHA PUBLISHERS
Thiruvananthapuram

First Edition
May 2023

Published
Chintha Publishers, Thiruvananthapuram

Typesetting
Star Communications, Thiruvananthapuram

Cover Design
Vinod Mangoes

ISBN : 978-81-19131-15-0

CO - 3275 / 6506

Email: chinthapublishers@gmail. com
Website: www. chinthapublishers. com

A version is available at National Libraries
Kolkata, Mumbai, Chennai and Delhi

Distribution
DESHABHIMANI BOOKHOUSE
H O Thiruvananthapuram 695035

Branch
Head Office Kunnukuzhi • Statue Thiruvananthapuram
KSRTC Bus Terminal Thampanoor • Saphalyam Complex Thiruvananthapuram
KSRTC Bus Station Alappuzha • KSRTC Bus Station Ernakulam
Machingal Lane Thrissur • IG Road Kozhikode
Mavoor Road Kozhikode • NGO Union Building Kannur
Central Bus Terminal Complex Thavakkara Kannur

നീചവൃത്തം

എ കെ കർണ്ണൻ

ചിന്ത പബ്ലിഷേഴ്സ്
തിരുവനന്തപുരം-695 035

എ കെ കർണ്ണൻ

ആളൂർ എസ് എൻ വി എച്ച് എസ്, പനമ്പള്ളി മെമ്മോറിയൽ ഗവൺമെന്റ് കോളേജ്, ഐ ടി ഐ ചാലക്കുടി എന്നിവിടങ്ങളിൽ വിദ്യാഭ്യാസം. സംഗീത രംഗത്തും സാഹിത്യരംഗത്തും പ്രവർത്തിക്കുന്നു. വേനൽ എന്ന ഹ്രസ്വചിത്രം സംവിധാനം ചെയ്തിട്ടുണ്ട്. അംബേദ്കർ നാഷണൽ ഫെല്ലോഷിപ്പ് അവാർഡ് ജേതാവ്.

കൃതികൾ: തുടി, വേങ്ങയിൽ ഒറോതയുടെ സമ്പൂർണ്ണ കൃതികൾ, ഉണ്ണിക്കുട്ടന്റെ സിനിമാപിടുത്തം, ഉപനിഷത്ത് ദർശനം, ശ്രീരാമകൃഷ്ണ പരമഹംസൻ പറഞ്ഞ സാരോപദേശ കഥകൾ, കർണാടക സംഗീതം.

വിലാസം : എ കെ കർണ്ണൻ
ആളൂർക്കാരൻ(വീട്)
ആളൂർ പി ഒ
തൃശൂർ ജില്ല – 680683
ഫോൺ : 9142672223

പ്രസാധകക്കുറിപ്പ്

കീഴാള മനുഷ്യജീവിതത്തിൽനിന്നും ഉരുവംകൊണ്ട നോവലാണ് *നീചവൃത്തം*. ദൈവ സങ്കല്പങ്ങളിലും ഉച്ച നീചത്വങ്ങൾ നിലനില്ക്കുന്ന ഒരു നാട്ടിൽ, മലഞ്ചെരിവിലൂടൊഴുകുന്ന പാഞ്ചാലിപ്പുഴയുടെ തീരത്ത് ജാതി വ്യവസ്ഥയോടും പ്രകൃതിയോടും മല്ലിട്ട് ജീവിക്കുന്ന മനുഷ്യരുടെ കഥയാണിത്. സവർണ്ണ ക്ഷേത്രത്തിൽ ഇരിപ്പിടം കിട്ടിയ അവർണ്ണ ദൈവവും അവിടെ പൂജാരിയായെത്തുന്ന രവിയും പുതിയ കാലത്തെ സമസ്യകളിലേക്ക് വിരൽ ചൂണ്ടുന്നു. കീഴാള ജീവിതങ്ങൾക്കൊപ്പംനിന്ന് സാമൂഹ്യമാറ്റത്തിലേക്ക് നിശ്ശബ്ദം നയിച്ച ആയിരങ്ങളുടെ പ്രതിനിധിയാണ് സുബ്രൻ. കീഴാള ജീവിതത്തിന്റെ ഉള്ളിൽനിന്നും വികസിച്ചുവന്ന ഈ നോവൽ സസന്തോഷം വായനക്കാർക്കു മുന്നിൽ വയ്ക്കുന്നു.

ചിന്ത പബ്ലിഷേഴ്സ്

ഒന്ന്

പാഞ്ചാലിപ്പുഴ ശാന്തമായൊഴുകി.

അതിന്റെ തീരത്ത് നൂറ്റാണ്ടുകളായി വേരാഴ്ത്തിനിന്ന പേരാൽ ഇളം കാറ്റിലൊന്നു നിശ്വസിച്ചു.

ആകാശത്ത്, പടിഞ്ഞാറൻ ദിക്കിലൊരു മുഴക്കംകേട്ടു. കൊമ്പനാനകൾ പോലുള്ള മേഘങ്ങൾ ആകാശത്ത് ഉരുണ്ടുകൂടുകയും ചെയ്തു.

എടവപ്പാതി ഇത്തവണ കിട്ടിയിട്ടില്ല.

വൃദ്ധനായ കോരൻ തന്റെ കുടിലിലേക്കു നടന്നു.

ഇന്ന് കർക്കിടകവാവാണ്.

മുത്തപ്പന്മാർക്കും ദേവിക്കും വീത്[1] വയ്ക്കണം. വെള്ളാഞ്ചിറഷാപ്പിൽ നിന്നും വാങ്ങിയ ഒരുകുപ്പി കള്ള് സഞ്ചിയിലുണ്ടായിരുന്നു.

കുട്ടയും മുറവുംകൊണ്ട് ഇരിങ്ങാലക്കുട ചന്തയ്ക്കുപോയതാണ് കോരൻ. ചന്ത ദിവസമായതിനാൽ നല്ല തിരക്കുണ്ടായിരുന്നു. കുട്ടമുഴുവൻ വിറ്റുതീരാൻ വൈകി. കൂടെയുണ്ടായിരുന്നവരെല്ലാം നേരത്തേ പോന്നു.

മഴ പെയ്യാനുള്ള ചില ലക്ഷണങ്ങൾ ആകാശത്തുനിന്നും കേട്ടു.

പുഴയോരത്തുനിന്നും വീതികുറഞ്ഞ ചെമ്മൺപാതയിലൂടെ കോരൻ പലതും ആലോചിച്ചു നടന്നു. തന്റെ കുടിലിലെത്തുമ്പോൾ നേരം സന്ധ്യയാവാറായി.

ചാണകം മെഴുകിയ കോലിറയത്തിരുന്ന് ഭാര്യ ചിരുത കുട്ടനെയ്തുകൊണ്ടിരിക്കുന്നുണ്ടായിരുന്നു.

അയാളെ കണ്ടതോടെ അവർ, ഇരിക്കുന്നിടത്തുനിന്നും എഴുന്നേറ്റു നിന്നു.

ഓലമേഞ്ഞ കുടിലിനു സമീപം വന്ന് കോരൻ അകത്തേക്കു നോക്കി വിളിച്ചു. "ചീരു...."

"എന്താ അപ്പാ?" എന്നു ചോദിച്ചുകൊണ്ട് അകത്തുനിന്നും കടന്നു വന്ന മകൾ ചീരുവിന് തന്റെ കൈയിലുണ്ടായിരുന്ന സഞ്ചിയിൽനിന്ന് പലഹാരമെടുത്ത് നല്കിയ കോരൻ കള്ളുകുപ്പിയെടുത്ത് തിണ്ണയിൽ വച്ചു. പിന്നെ ഭാര്യ ചിരുതയോടു പറഞ്ഞു: "കൊട്ടിലിൽ[2] വിളക്കുവെയ്ക്ക്. ഇന്ന് വാവാ."

നെയ്തുകൊണ്ടിരുന്ന കുട്ടയും അളികളും ഒതുക്കിവച്ച് ചിരുത മുറ്റത്തേക്കിറങ്ങിവന്നു. ഒരല്പം മാറി കെട്ടിയുണ്ടാക്കിയ കൊട്ടിലിൽ വിളക്കുവയ്ക്കാൻ തുടങ്ങിയപ്പോഴേക്കും കോരൻ മേൽകഴുകിവന്നു.

വയസ്സ് അറുപതു കഴിഞ്ഞെങ്കിലും ചിരുത ഇപ്പോഴും നല്ല ആരോഗ്യവതിയാണ്. അവൾ കൊട്ടിലിൽ ഓരോരുത്തർക്കായി വിളക്കുവയ്ക്കാൻ തുടങ്ങി.

ഒരു ഭഗവതി രണ്ട് മുത്തപ്പന്മാർ, പിന്നെ കുലദൈവമായ, മറുത, എന്നിവരെക്കൂടാതെ ഒരു ഉരുളൻകല്ലിൽ മരിച്ചുപോയ കാർന്നവന്മാരെയും പ്രതിഷ്ഠിച്ചിരുന്നു.

കൊട്ടിലിന്റെ തൊട്ടുപിന്നിലായി കുറച്ചുമാറിയിട്ടാണ് നീചമൂർത്തിയുടെ സ്ഥാനം. മറ്റുള്ള ദേവതമാർക്കു വീതുവയ്ക്കുമ്പോൾ അതിലൊരു വിഹിതം നീചമൂർത്തിക്കും നല്കണം. അല്ലെങ്കിൽ കർമ്മം[3] ഫലവത്താവില്ല. എന്നുമാത്രമല്ല ചിലപ്പോൾ കർമ്മക്കാരനോ കുടുംബാംഗങ്ങൾക്കോ അനർത്ഥം വരാനും വഴിയുണ്ട്.

ചിരുത കൊട്ടിലിൽ വിളക്കുവച്ചു കഴിയുമ്പോഴേക്കും കോരൻ വാഴയിലക്കീറുകളുമായി കൊട്ടിലിലെത്തി.

"പോയി പൊടികൊണ്ടുവാ." കോരൻ ചിരുതയോടു പറഞ്ഞു.

ചിരുത അകത്തേക്കുപോയി. അരിപൊടിച്ചു വറുത്തുവച്ചിരുന്നത് ഒരു പാത്രത്തിലെടുത്തുകൊണ്ടുവരുമ്പോഴേക്കും കോരൻ ഓരോ ദേവതകൾക്കുമുന്നിലും ഇലനറുക്കു വച്ചുകഴിഞ്ഞിരുന്നു.

"മോളെന്ത്യേ?" കോരൻ ഭാര്യയോടു ചോദിച്ചു.

"അവൾക്കു വരാൻ പറ്റില്യാ" ചിരുത പറഞ്ഞു.

കോരൻ ഒന്നു മൂളിയിട്ട് ഇലനറുക്കുകളിലേക്ക് അരിപ്പൊടിയും കള്ളുമൊക്കെ നിവേദിച്ചു. ഗ്ലാസിൽ പകർന്ന കള്ളിൽ വലതുകൈയുടെ നടുവിരൽമുക്കി ഇലകളിലേക്കു തെറിപ്പിച്ചു നിവേദിച്ചു.

നീചമൂർത്തിയുടെ കാര്യം അപ്പോഴാണ് കോരൻ ഓർത്തത്.

"ശ്ശൊ! നീശനെ മറന്നു" കോരൻ തിടുക്കത്തിൽ നീചമൂർത്തിക്കു സമീപം ചെന്ന് ഇലക്കീറിൽ കള്ളും പൊടിയും നിവേദിച്ച് തിരിച്ചുപോന്നു.

ഈ മറവി കോരന് സാധാരണയാണ്. കൊട്ടിലിൽ മറ്റുള്ളവർക്കു

വീതുവയ്ക്കുന്നതിനുമുമ്പ് നീചമൂർത്തിക്കു വയ്ക്കണമെന്നാണ് കാർന്നവന്മാർ പറഞ്ഞിട്ടുള്ളതെങ്കിലും കോരൻ മിക്കപ്പോഴും അത് മറക്കുകയും മറ്റുള്ളവർക്കു വച്ചിട്ടേ നീചനു വയ്ക്കാറുള്ളൂതാനും.

ആ സമയത്താണ് ഇടവഴിയിൽനിന്നും ചുമച്ചുകൊണ്ട് ചേന്നൻ കയറിവന്നത്.

"വാ... വാ..." കോരൻ അയാളെ ക്ഷണിച്ചു.

കോരനെക്കാൾ പത്തുവയസ്സ് കുറവാണ് ചേന്നന്. പ്രായം അമ്പതോടടുക്കുന്ന ചേന്നൻ അവിവാഹിതനും ഒറ്റയ്ക്കു താമസിക്കുന്നവനുമാണ്.

ഇന്ന് കർക്കിടക വാവാണെന്നും കോരന്റെ വീട്ടിൽ വീതുണ്ടെന്നും ആ സമയത്ത് വന്നാൽ ഒരു ഗ്ലാസ് കള്ള് കിട്ടുമെന്നും അറിഞ്ഞുകൊണ്ടാണ് ചേന്നൻ വരുന്നതെന്ന് വ്യക്തമായറിയാവുന്ന കോരൻ, കർമ്മം ചെയ്തുകഴിഞ്ഞപ്പോൾ കുപ്പിയിൽനിന്നും ഒരു ഗ്ലാസ് കള്ള് പകർത്തി ചേന്നനു കൊടുത്തു.

ഒരു ഗ്ലാസ് കള്ള് കോരനും കുടിച്ചു.

ചുണ്ടുതുടച്ചുകൊണ്ട് ചേന്നൻ കോലിറയത്ത് വന്നിരുന്നു.

ചിരുത ഉമ്മറത്ത് വിളക്കുവച്ചു.

ഒരു മുട്ടിപ്പലക നീട്ടി, കോരൻ അതിന്മേലിരുന്നു.

"ഇന്നലെ ഞാനേമ്മടെ വല്യമുത്തപ്പനെ സ്വപ്നംകണ്ടു." ചേന്നൻ പറഞ്ഞുതുടങ്ങി.

കോരൻ മുറുക്കാൻപെട്ടിയിൽ നിന്നും മുറുക്കാനെടുത്ത് വായിലിട്ടു ചവച്ചു. ചേന്നനുനേരെ മുറുക്കാൻപെട്ടി നീട്ടിയെങ്കിലും അയാൾ വേണ്ടെന്ന് ആംഗ്യം കാണിച്ചു.

"സ്വപ്നംകണ്ടുണർന്നപ്പോ മുറ്റത്ത് തെണ്ടന്റെ വടിക്കുത്തും കേട്ടു." ചേന്നൻ പറഞ്ഞു.

"ഓ.... ഇന്നലെ വെള്ളിയാഴ്ചയല്ലേ ആയിരുന്നു..." മുറുക്കാൻ നീട്ടിത്തുപ്പിക്കൊണ്ട് കോരൻ പറഞ്ഞു. "വല്യമുത്തപ്പൻ വിളിച്ചാ വിളിപ്പൊറത്താ...!"

"തെണ്ടന്റെ വടിക്കുത്ത് ആ കദളിച്ചിറവരെ കേട്ടു." ചേന്നൻ പറഞ്ഞു.

"അതിവിടെ കാലകാലങ്ങളിലൊള്ളതാ." പഴയ ഏതോ സ്മൃതിയിൽ ലയിച്ചിട്ടെന്നവണ്ണം കോരൻ പറഞ്ഞു.

ചൊവ്വ, വെള്ളി ദിവസങ്ങളിൽ തെണ്ടന്റെ തേർവാഴ്ച പാഞ്ചാലിപ്പുഴയുടെ തീരത്തെ പേരാലിൻചുവട്ടിൽനിന്നും അകലെ നെല്പാടം കഴിഞ്ഞ് കദളിച്ചിറവരെയാണ്. പാതിരാത്രിയിൽ തെണ്ടൻ തന്റെ ഇരുമ്പുദണ്ഡ് കിലുക്കിക്കൊണ്ടുപോകുന്ന ശബ്ദം കേൾക്കാം. ആ സമയത്ത് വീടിനു പുറത്തിറങ്ങി നോക്കിയവരൊക്കെ കുറേ പന്തങ്ങൾ ആകാശത്തിലൂടെ

സഞ്ചരിക്കുന്നതും കണ്ടിട്ടുണ്ട്...

പരമ്പരാഗതമായി കേട്ടുപോന്ന കാര്യങ്ങൾ. കണ്ടുപോന്ന ചില ദൃശ്യങ്ങൾ. ഇന്നും അവയൊക്കെ തുടരുന്നു.

കോരൻ, കുപ്പിയിലുണ്ടായിരുന്ന കള്ള് കുറച്ച് ചേന്നനും ബാക്കി തനിക്കും ഗ്ലാസിൽ പകർന്നു.

ആ സമയത്ത് അവിടത്തെ ഏതോ ഒരു വൃക്ഷത്തിലിരുന്ന് നെടുവിളിയാൻപക്ഷി കൂവി. ഒന്നല്ല, രണ്ടും മൂന്നും തവണ.

"നാശം" ഗ്ലാസിലെ കള്ള് ഒറ്റവലിക്കു കുടിച്ചുതീർത്ത് ചേന്നൻ പറഞ്ഞു. അയാൾ എഴുന്നേറ്റുനിന്ന് ആ കൂവലിന്റെ ദിക്കിനു കാതോർത്തു.

"അടുത്തൊരു മരണം ഒറപ്പാ." ചേന്നൻ ഭയത്തോടെ പറഞ്ഞു.

തങ്ങൾക്കിടയിൽ ഏതു കുടിലിൽ ആരാണ് ദീനം പിടിച്ചുകിടക്കുന്നതെന്ന് കോരൻ ചിന്തിച്ചു. മനസ്സിൽവന്നത് കുട്ടിശങ്കരന്റെ അപ്പന്റെ മുഖം. നൂറു വയസ്സുകഴിഞ്ഞ ആള്. വർഷങ്ങളായി കട്ടിലിൽ കിടപ്പാണ്.

പക്ഷിയുടെ കൂവൽ പിന്നീട് കേട്ടത് തെക്കുദിക്കിലാണ്. ആ പക്ഷിയുടെ കൂവലിന്റെ മാറ്റൊലി അവസാനിക്കുന്ന ദിക്കിൽ ഒരു മരണം സംഭവിക്കുമെന്നാണല്ലോ പഴമൊഴിയും അനുഭവവും.

മുറ്റത്തേക്കു ആരോ കയറിവരുന്നതുകണ്ടു, അവർ.

തൊട്ടടുത്ത വീട്ടിലെ ചന്ദ്രികയും മകൻ രവിയും. ചന്ദ്രികയുടെ കൈയിൽ ഒരു വിളക്കുണ്ടായിരുന്നു. ആറാംക്ലാസിൽ പഠിക്കുന്ന രവിയെയും അവൾ ചേർത്തുപിടിച്ചിരുന്നു. അവന്റെ കൈയിൽ ഒരു നോട്ടുപുസ്തകവും.

"രാമൻ വന്നില്യാ ല്ലേ?" കോരൻ ചോദിച്ചു.

"ങാ" ചന്ദ്രിക മകനേയുംകൂടി കോലിറയത്തേക്കു കയറിയപ്പോഴേക്കും ചീരു അകത്തുനിന്നും കടന്നുവന്ന് "വാ"യെന്നുപറഞ്ഞ് രവിയുടെ കൈയില്പിടിച്ച് അകത്തേക്കു കൂട്ടിക്കൊണ്ടുപോയി.

'പോയിട്ട് നാലു ദേവസായി' കോരൻ ആത്മഗതം ഉരുവിട്ടു.

രാമൻ, ഉണ്ണിച്ചെക്കൻ, പരമു, ചന്ദ്രൻ എന്നീ നാലുപേർ ഈറ്റവെട്ടാനായി കിഴക്കൻ മലയിലേക്ക് പോയിട്ട് നാലു ദിവസം കഴിഞ്ഞു. ഇതുവരെ ഈറ്റയുമായി തിരിച്ചുവന്നിട്ടില്ല. സ്റ്റോക്കുണ്ടായിരുന്ന ഈറ്റയെല്ലാം പണിയെടുത്ത് തീരാറായി.

പാഞ്ചാലിപ്പുഴ നീന്തി കിഴക്കൻ മലയിലേക്കു ഈറ്റവെട്ടാൻ പോയവർ അഞ്ചാം ദിവസമെങ്കിലും തിരിച്ചെത്തും. അവർ, കെട്ടുകളാക്കി ചങ്ങാടത്തിൽ കൊണ്ടുവരുന്ന ആ ഈറ്റയാണ് കോളനിയിലെ കുടിലുകളിലെ വറുതിനീക്കുന്നത്.

പക്ഷേ, ഇരുപതുവർഷം മുൻപ് കിഴക്കൻ മലയിലേക്കു പോയ കണ്ണൻ എന്നൊരാൾമാത്രം ഇതുവരെ തിരിച്ചുവന്നിട്ടില്ല.

ശക്തമായി മഴപെയ്യുന്ന നേരത്താണ് അയാൾ പാഞ്ചാലിപ്പുഴ നീന്തി

യതെന്ന് കണ്ടവർ പറയുന്നു. വർഷം ഇരുപതായെങ്കിലും അയാൾ പിന്നെ തിരിച്ചുവന്നില്ല. മരിച്ചിരിക്കും എന്ന് എല്ലാവരും വിശ്വസിക്കുന്നു. ആനയോ ആദിവാസികളോ ആ ജീവനെടുത്തുകാണും.

"എന്നാ ഞാനങ്ങോട്ട് ഇറങ്ങിയാലോ." ചേന്നൻ കോരനോടു അനുവാദം ചോദിച്ചു.

"ആയിക്കോട്ടെ." കോരൻ പറഞ്ഞു. ചേന്നൻ പോയി.

ചിരുത ഇറയത്തേക്കു കടന്നുവന്നിരുന്ന് പാതി നിർത്തിയിരുന്ന കുട്ടയെടുത്ത് നെയ്യാനാരംഭിച്ചു.

അപ്പോഴാണ് ചന്ദ്രിക, രവിയെക്കൂടി വാതില്ക്കൽ വന്നുനിന്ന് കോരനോടു ചോദിച്ചത്.

"ഇവന്റെ കുറെ സംശയങ്ങള് തീർത്തുകൊടുക്കോ, വല്യപ്പാ?" ചന്ദ്രികയുടെ ചോദ്യംകേട്ട കോരൻ അവനെ വിളിച്ചു പറഞ്ഞു. "വാ. ഇങ്ങടുത്ത് വന്നിരിക്ക്."

രവി നോട്ടുപുസ്തകം പിടിച്ച് കോരനു സമീപം വന്നിരുന്നു.

"എന്താ സംശയം?" കോരൻ അവനെ തലോടിക്കൊണ്ടു ചോദിച്ചു. "അപ്പൂപ്പന് അറിയണത് പറഞ്ഞുതരാം!" അവന്റെ കവിളിൽ തലോടി കോരൻ പറഞ്ഞു.

രവിക്കു തെണ്ടന്റെയും ഒടിയന്റെയുമൊക്കെ കഥകൾ പറഞ്ഞുകൊടുത്തിട്ടുള്ളത് കോരനാണ്. ഭൂതപ്രേതാദികളെക്കുറിച്ചും അവൻ ചോദിച്ചറിഞ്ഞിട്ടുണ്ട്.

അനുഭവങ്ങളും പൊടിപ്പും തൊങ്ങലുമൊക്കെവച്ച് കോരൻ പറഞ്ഞുകൊടുത്തിട്ടുള്ള കഥകളെല്ലാം അവൻ ഹൃദിസ്ഥമാക്കിയിരുന്നു. ഇത്തവണയും ഇത്തരം ചില ചോദ്യങ്ങളുമായാണെന്ന് അവർക്കറിയാമായിരുന്നു.

"പാഠപുസ്തകം തുറന്ന് ഒരക്ഷരം പഠിക്കില്യ!" ചന്ദ്രിക, കോരനോടു പറഞ്ഞു.

"ഏയ്... അവൻ നല്ല, കൊച്ചാ." രവിയെ പിന്താങ്ങി ചിരുത തുടർന്നു: "അവൻ നന്നായി പഠിച്ചോളും."

"പിന്നേ... ആറാം ക്ലാസിലെത്തിയതുതന്നെ ഭാഗ്യം. അവനു പഠിക്ക്യാനല്ല താല്പര്യം. നമ്മടെ കൊട്ടും പാട്ടും പാടി നടക്കണം." ചിരുതയോടു ചന്ദ്രിക പറഞ്ഞു.

ചന്ദ്രിക–രാമൻ ദമ്പതികൾക്കു ആകെയുള്ള ഉണ്ണിയാണ് രവി.

"അപ്പൂപ്പാ." രവി, കോരനോട് തന്റെ സംശയം ചോദിക്കാൻ തുടങ്ങി.

"ആ കൊട്ടിലിന് അപ്പുറത്തുള്ള മുത്തപ്പൻ ആരാ?"

"നീശ മുത്തപ്പൻ." കോരൻ പറഞ്ഞു.

"നീശ മുത്തപ്പനെ മാത്രം എന്താ തിരിച്ചിരുത്തിയത്? മറ്റുള്ള മുത്തപ്പന്മാരുടെ കൂടെക്കൂട്ടാതെ?..." നിഷ്കളങ്കമായ ചോദ്യമായിരുന്നു രവിയുടേത്.

"അതിപ്പോ.." കോരൻ ആ ചോദ്യത്തിന് ഉത്തരംകിട്ടാതെ വിഷമിച്ചു. എങ്കിലും കുട്ടിക്കു പറഞ്ഞുകൊടുത്തു.

"മറ്റുള്ള മുത്തപ്പന്മാരും ദൈവങ്ങളും വലിയവരാ. നീശമുത്തപ്പൻ, അവരേക്കാൾ താഴെയാ. അതുകൊണ്ടാ പുറംകളത്തില് കൊടുക്കണത്. മനസ്സിലായോ?"

"ഉവ്വ്." രവി പറഞ്ഞു. "നമ്മളെപ്പോലെ. അല്ലേ?"

കോരൻ അതു മനസ്സിലാവാതെ അവനെ നോക്കി. "എങ്ങനെ?"

"വലിയ വലിയ ആൾക്കാർ ഇപ്പോഴും നമ്മളെ അകറ്റിയല്ലേ നിർത്ത ണത്. അപ്പോ നീശ മുത്തപ്പനും നമ്മളും ഒരുപോലല്ലേ!" രവി ചിരിച്ചു കൊണ്ടു പറഞ്ഞു.

അതുകേട്ട് ചിരുത വിരൽ മൂക്കത്തുവച്ചു പറഞ്ഞു: "ഹമ്പട മിടുക്കാ! പതുക്കെപ്പറ!"

ചിരുത, രവിക്കു പറഞ്ഞുകൊടുത്തു.

"എന്നാ കേട്ടോ. നമ്മള് പാക്കനാരേ ആരുടേം പിന്നിലല്ല. എല്ലാവ രേക്കാളും വലുതാ."

"അതെന്നേ! കോരൻ ചിരുതയെ പിന്താങ്ങിക്കൊണ്ട് പൊട്ടിച്ചിരിച്ചു. കള്ളിന്റെ ലഹരിയിൽ കോരൻ ഒരു പഴയ പാട്ടുപാടി.

"പാക്കനാരേ പാക്കനാരേ
പാക്കനാരു മകനേ
വട്ടമുടി കെട്ടിയാടുന്നൊരു
ദൈവത്താരുമകനേ
വടക്കൻ കണ്ടം.
കൊയ്തുവരുന്നൊരു
നീലച്ചെറുമകളേ..."

കോരന്റെ ഒച്ച ഉയർന്നതും മുറ്റത്ത് വേലിക്കപ്പുറം ആരുടെയോ ചുമ കേട്ടു. ശക്തിയും കനവുമുള്ള ആ ചുമകേട്ട് കോരൻ പെട്ടെന്ന് പാട്ടു നിർത്തി ചാണകം മെഴുകിയ തറയിൽ മലർന്നുകിടന്നു.

"ആരാ അത്?" രവി, ചിരുതയോടു ചോദിച്ചു.

ചിരുത പേടിയോടെ രവിയുടെ വായ്പൊത്തിയിട്ട് അടക്കിപ്പിടിച്ച് പറഞ്ഞു. "റൗഡി വറീതാ. മിണ്ടല്ലേ!"

ചിരുത മണ്ണെണ്ണ വിളക്കു ഊതിക്കെടുത്തി.

മദ്യപിച്ചു വേച്ചുവേച്ചു നടന്നുപോകുന്ന റൗഡി വറീതിന്റെ ആജ്ഞാ വാക്കുകൾ ഉയർന്നുകേട്ടു.

"നേരം മൂന്തിയായ ഒച്ചേം ബഹളമൊന്നും ഇല്യാതെ കെടന്നോ ണം. വറീതിനെ ദേഷ്യം പിടിപ്പിക്കരുത്. പറഞ്ഞേക്കാം. നടക്കുന്നതിനിടെ അയാൾ കല്ലിൽത്തട്ടി വീഴുന്ന ശബ്ദംകേട്ട് രവി ഭയത്തോടെ ഇരുട്ടിലേക്കു നോക്കിയിരുന്നു.

കുറിപ്പ്

1. വീത് – വീട്ടിലോ കൊട്ടിലിലോ പ്രതിഷ്ഠിച്ചിട്ടുള്ള ദേവതകൾക്ക് നിവേദ്യം സമർപ്പിക്കുന്ന ചടങ്ങ്.
2. കൊട്ടിൽ – പട്ടികജാതി പറയ–പുലയ തുടങ്ങിയ സമുദായക്കാരിലെ വീടുകളിൽ ദേവതമാരെയും മറ്റ് ഈശ്വരന്മാരെയും പ്രതിഷ്ഠിച്ചിരിക്കുന്ന സ്ഥലം.
3. കർമ്മം– മദ്യവും മറ്റു നിവേദ്യങ്ങളും ദേവതകൾക്കു നിവേദിക്കുന്ന ചടങ്ങ്. (വീത്, കർമ്മം എന്നിവ ഒരേ ചടങ്ങിന്റെ പര്യായപദങ്ങൾ)

രണ്ട്

ഉണ്ണിച്ചെക്കന്റെ അപ്പൻ മാക്കോത മരിക്കാറായിരിക്കുന്നു. മാക്കോതയ്ക്ക് അയാളുടെ കണക്കിൽ നൂറുവയസ്സുകഴിഞ്ഞു. നൂറു കഴിഞ്ഞിട്ട് കൊല്ലങ്ങൾ കഴിഞ്ഞെന്നാണ് മറ്റുള്ളവരുടെ കണക്ക്.

ഉണ്ണിച്ചെക്കനുതന്നെ വയസ്സ് എഴുപത്തഞ്ചായി. അയാളുടെ മകൻ സുബ്രൻ കുട്ടനെയ്ത് ജീവിക്കുന്നു.

രാത്രിയിൽ ഇടിയോടുകൂടിയ മഴ പെയ്തു.

മാക്കോത കിടക്കുന്ന പഴയ കട്ടിലിനു സമീപം മഴവെള്ളം ചോർന്നൊലിക്കുന്നുണ്ട്.

സുബ്രന്റെ ഭാര്യ, ഒരു പാത്രം എടുത്തുകൊണ്ടുവന്ന് വെള്ളം വീഴുന്നിടത്തുവച്ചു.

മാക്കോതയുടെ കട്ടിലിനുചുറ്റും എല്ലാവരും കൂടിനിന്നു.

മഴ ശക്തിയാവുകയാണ്.

ഇരുട്ടിലെവിടെയോ നെടുവിളിയാൻ കൂവുന്നത് എല്ലാവരും കേട്ടു.

കോളനിയിലെ മന്ത്രവാദിയായ ചക്കൻ അപ്പോഴാണ് മഴ നനഞ്ഞുകൊണ്ട് അവിടേക്കു വന്നുകയറിയത്.

അയാളുടെ ശബ്ദം കേട്ടപാടേ കട്ടിലിനു ചുറ്റുമുണ്ടായിരുന്നവർ ഭവ്യതയോടെ ഒതുങ്ങിനിന്നു.

മാക്കോത കിടന്നകിടപ്പിൽ എല്ലാവരെയും നോക്കി.

ആ നോട്ടത്തിന്റെ അർത്ഥം മനസ്സിലാക്കി ചക്കൻ, ഉണ്ണിച്ചെക്കനോടു ചോദിച്ചു:

"സുബ്രനെന്ത്യേ?"

ഉണ്ണിച്ചെക്കൻ, സുബ്രന്റെ ഭാര്യയെ നോക്കി.

"പണിക്കുപോയിട്ട് വന്നിട്ടില്യ." അവൾ ചക്കനോടു പറഞ്ഞു.

ഉണ്ണിച്ചെക്കന്റെ സമപ്രായക്കാരനായ ചക്കൻ അവരോടുപറഞ്ഞു: ആൾക്ക് അങ്ങനെ വെറുതെപൂവാൻ പറ്റില്യ."

ഉണ്ണിച്ചെക്കൻ പോയി വാഴയില മുറിച്ച് നറുക്കുവെട്ടിക്കൊണ്ടുവന്നു.

രണ്ടുതിരി കത്തിച്ച് ആ നറുക്കിൽ പൊതിഞ്ഞ് ഒന്ന് ഉണ്ണിച്ചെക്കനും മറ്റൊന്നു തന്റെ കൈയിലുംപിടിച്ച് ചക്കൻ, തങ്ങളുടെ ദൈവങ്ങളെ പേരു ചൊല്ലിവിളിച്ച് ആവാഹിക്കുവാൻ തുടങ്ങി.

കണ്ണുമടച്ചുനിന്ന് ഒന്നു പ്രാർത്ഥിച്ചതിനുശേഷം കൈയിലിരുന്ന തിരി, കട്ടിലിൽ കിടക്കുന്ന മാക്കോതയുടെ ദേഹമാസകലം ഉഴിഞ്ഞതിനുശേഷം പുറത്തേക്കുനടന്ന മുറ്റത്തിന്റെ അതിർത്തിയിലെ വേലിക്കപ്പുറം കൊണ്ടിട്ടു. ഉണ്ണിച്ചെക്കനും അതുതന്നെ ചെയ്തു.

"ഒരാശ്വാസം അത്രന്നെ." ചക്കൻ അകത്തേക്കു കടന്നുവന്ന് എല്ലാ വരോടുമായി പറഞ്ഞു.

അയൽപക്കത്തുനിന്നു വന്നവർ പിരിഞ്ഞുപോകാൻ തുടങ്ങി.

"മഴ കൊറഞ്ഞു. നമുക്കുപോകാം." അവർ പരസ്പരം പറഞ്ഞു കൊണ്ട് മുറ്റത്തേക്കിറങ്ങി.

സുബ്രന്റെ ഭാര്യ അവർക്കു വിളക്കു കാണിച്ചുകൊടുത്തു.

ഉണ്ണിച്ചെക്കനും ചക്കനും ഇറയത്തു വന്നിരുന്ന് പല കാര്യങ്ങളും പറയാൻ തുടങ്ങി.

"സകല വിദ്യകളും അറിയണ ആളാ. മരിക്കണേന് മുമ്പ് അതൊന്നു പകർന്നു വാങ്ങണ്ടേ?" ചക്കൻ, ഉണ്ണിച്ചെക്കനോടു ചോദിച്ചു: "സുബ്രൻ എവിടെച്ചെന്ന് കിടക്കാ?"

അതുകേട്ട് സുബ്രന്റെ ഭാര്യ വാതില്ക്കൽവന്ന് പറഞ്ഞു. "വീടിനെ ക്കുറിച്ച് ഒരു ചിന്തയുമില്ല. പാർട്ടിക്കാര്യം പറഞ്ഞ് നടക്കാ!"

"ഇമ്മക്കു ഒരാപത്തുവരുമ്പോ തിരിഞ്ഞുനോക്കാൻ ഏതുപാർട്ടി ക്കാർണ്ട്?" ഉണ്ണിച്ചെക്കൻ ചക്കനോടു പറഞ്ഞു. "ഒക്കെ പഠിച്ചോളും."

മാക്കോത പേരുകേട്ട മന്ത്രവാദിയായിരുന്നു. കട്ടിലിൽ കിടപ്പാവും വരെ എവിടെപ്പോയും ദോഷങ്ങൾ തീർക്കും. മാക്കോത തീർത്താൽ തീരാത്ത ദോഷങ്ങളൊന്നും ആ കരയിലില്ലെന്നാണ് കേൾവി.

ഒടിവിദ്യയിൽ വിരുതനായിരുന്നു മാക്കോത. വടക്കൻ ദിക്കിൽനിന്നും ഗന്ധർവ്വബാധയേറ്റുവന്ന ഒരു നായർസ്ത്രീയുടെ ബാധ മാറ്റിക്കൊടുക്കാൻ പരകായ പ്രവേശവിദ്യയും മാക്കോത പരീക്ഷിച്ചുനോക്കിയിട്ടുണ്ടത്രെ. ആ സ്ത്രീയിലേക്കു തന്റെ ആത്മാവിനെ പ്രവേശിപ്പിച്ച് ഗന്ധർവ്വനോടു നേരിട്ടു സംസാരിക്കുകയും അയാളുടെ ആവലാതിക്കു പരിഹാരം നിർദ്ദേ ശിക്കുകയും ചെയ്തതോടെ സ്ത്രീയുടെ ബാധനീങ്ങി.

അമ്പലമുറ്റത്തുനിന്നും കദളിച്ചിറവരെ തേർവാഴ്ച നടത്തിയിരുന്ന തെണ്ടനെ കാത്തിരുന്ന് ഓടിച്ച് ആ കോളനിയെ കുറേക്കാലം തെണ്ടന്റെ

ബാധയിൽ നിന്നും രക്ഷിച്ചത് മാക്കോതയാണ്.

ചെറുപ്പത്തിൽ പണിക്കു നില്ക്കാൻപോയ വീട്ടിൽ ഒരു സന്ന്യാസിയുണ്ടായിരുന്നത്രെ. ഹിമാലയം മുതൽ കന്യാകുമാരിവരെ സഞ്ചരിച്ചിരുന്ന ആ സന്ന്യാസി തന്റെ പൂർവ്വാശ്രമത്തിലെ ഗൃഹത്തിലെത്തിയപ്പോൾ മാക്കോതയുടെ പരിചരണം ഏറ്റുവാങ്ങേണ്ടിവന്നു. പോകുന്നതിനുമുമ്പ് മാക്കോതയ്ക്കു ഒരു ദേവതാമന്ത്രം ജപിച്ചുകൊടുത്തെന്നും അന്നുമുതലാണ് മാക്കോതയ്ക്ക് ഈ സിദ്ധിവന്നതെന്നുമാണ് പ്രസിദ്ധി.

ഇപ്പോഴിതാ മാക്കോത മരിക്കാറായിരിക്കുന്നു. തനിക്കു ലഭിച്ച ആ സിദ്ധി മറ്റൊരാൾക്കു പകർന്നുകൊടുക്കണം. സ്വന്തം മകനായ സുബ്രനു തന്നെ അതു കൊടുക്കണമെന്നാണ് ഉണ്ണിച്ചെക്കന്റെ ആഗ്രഹം. അല്ലെങ്കിൽ സുബ്രന്റെ കുട്ടിക്കു കൊടുക്കണം. കുട്ടി പെണ്ണാണ്– ലീല. ആറാം ക്ലാസുകാരി.

കരയിലെ ഇപ്പോഴത്തെ മന്ത്രവാദിയായ ചക്കന്റെ മന്ത്രവിദ്യയൊന്നും ആർക്കും മതിപ്പുള്ളവയല്ല. എങ്കിലും അല്പസിദ്ധിയെങ്കിലും ഉള്ള മറ്റാരും ആ കരയിലില്ലാത്തതിനാൽ എല്ലാവരും ചക്കനെ ബഹുമാനിക്കുകയും അനുസരിക്കുകയും ചെയ്യുന്നു എന്നുമാത്രം.

മുറുക്കാൻ ചവച്ചുകൊണ്ടിരുന്ന ചക്കൻ പെട്ടെന്ന് എഴുന്നേറ്റ് ഉണ്ണിച്ചെക്കനോടു പറഞ്ഞു:

“സുബ്രനെ ഇനി നോക്കണ്ടാ. ആ കുട്ടിയെ വിളി.”

‘‘അതെന്നെ’’ ഉണ്ണിച്ചെക്കൻ അകത്തേക്കു നോക്കിവിളിച്ചു. “ഉണ്ണീനെ കൊണ്ടുവാ.”

അകത്തുനിന്ന് പതിനൊന്നു വയസ്സുകാരി ലീല, അമ്മയുടെ കൂടെ ഇറയത്തേക്കു വന്നു.

“മുത്തപ്പാപ്പന് കൊടുക്കാനുള്ളത് ആർക്കാണെന്നുവച്ചാ കൊടുത്തോട്ടെ.”

അങ്ങനെ പറഞ്ഞ് ചക്കൻ, ലീലയുടെ കൈപിടിച്ച് മാക്കോത കിടക്കുന്ന ചായ്പിലേക്കുചെന്നു. പിന്നാലെ ഉണ്ണിച്ചെക്കനും.

മാക്കോത കണ്ണുതുറന്ന് അവരെ നോക്കി.

ചക്കൻ, ലീലയെ കട്ടിലിനോടു ചേർത്തുനിർത്തിയിട്ട് മാക്കോതയോടു പറഞ്ഞു.

‘‘രണ്ടു തലമുറ കഴിഞ്ഞിട്ടുള്ള സന്തതിയാ. കൊടുക്കാനുള്ളത് കൊടുത്തോ. വേറെ ആരുംല്യ.’’

മാക്കോതയുടെ ചുണ്ടുകൾ അനങ്ങി. പീളകെട്ടിയ കണ്ണുകൾ അവളെ തഴുകി. എന്തോ പറയാൻ ആഗ്രഹിക്കുന്നതുകണ്ട ചക്കൻ, കുട്ടിയെ കുനിച്ചു നിർത്തി അവളുടെ ചെവി അയാളുടെ ചുണ്ടോടടുപ്പിച്ചു.

മാക്കോത തന്റെ സിദ്ധമന്ത്രം ഉരുവിട്ടു. ആ വിറയാർന്ന ചുണ്ടുക

ളിൽനിന്നും ലീലയുടെ കുഞ്ഞുഹൃദയത്തിലേക്ക് അനിർവ്വചനീയമായൊരു ശക്തിപ്രസരം സംഭവിച്ചു.

മാക്കോതയുടെ ചുണ്ടുകൾ വിറയലോടെ നിശ്ചലമായി. കണ്ണുകളിലെ കൃഷ്ണമണി മുകളിലോട്ടു കയറി. കൈകാലുകൾ അനക്കമറ്റു.

അവർ ഉറ്റുനോക്കിക്കൊണ്ടു നില്ക്കേ മാക്കോത മരിച്ചു.

പുറത്ത് ഇരുട്ടിൽ ഇടിമുഴങ്ങുകയും മിന്നൽ തെളിയുകയും മഴ പെയ്യുകയും ചെയ്തു.

**** **** **** ****

പിറ്റേന്ന് മഴ തോർന്ന ഉച്ചനേരത്താണ് മാക്കോതയുടെ മൃതദേഹം മഞ്ചയിൽവച്ച്, നാലാൾചുമന്ന് ചുടലയിലെത്തിച്ചത്.

ചേന്നന്റെ നേതൃത്വത്തിൽ മൂന്നാലുപേർ ചേർന്ന് ചുടലയിൽ കുഴി കുത്തിയിട്ടിരുന്നു. ചുടല ഭദ്രകാളിക്ക് കള്ള് നിവേദിച്ച് അവർ മാക്കോതയെ കുഴിയിലിറക്കി മണ്ണിട്ടു മൂടി.

ചുടല ആകെ കാടുംപടലും പിടിച്ചിരുന്നു.

മുൻപു കുഴിച്ചിടപ്പെട്ടവരുടെ കുഴിമാടത്തിനുമീതെ വച്ച കല്ലുകൾ ഇളകി മാറിക്കിടക്കുന്നുണ്ട്.

കുഴിവെട്ടുകാരന്റെ മുഖത്ത് ചെറിയൊരു മ്ലാനത പ്രകടമായിരുന്നു. കാരണം, മിനിയാന്ന് ചുടലയുടെ കവാടം വൃത്തിയാക്കിയത് അയാളായിരുന്നു. കാടുമൂടിക്കിടക്കുന്നതു കണ്ടപ്പോൾ കൈക്കോട്ടെടുത്ത് ചെത്തി വൃത്തിയാക്കിയതാണ്. പക്ഷേ, ഇങ്ങനെയൊരു മരണം പെട്ടെന്ന് സംഭവിക്കുമെന്ന് കരുതിയില്ല. കാരണം ചുടലവൃത്തിയാക്കിയാൽ രണ്ടുമൂന്നു ദിവസത്തിനകം ഒരു മരണം പതിവാണ്. ചുടലയിലേക്കുള്ള പാതസുഗമമാക്കിയാൽ ആരെങ്കിലും അങ്ങോട്ടു വരേണ്ടതല്ലേ?

എല്ലാവരും പോയിക്കഴിഞ്ഞപ്പോൾ ചുടലയുടെ ഗേറ്റടച്ച് പുറത്തു കടന്ന് കുഴിവെട്ടുകാർ ചേന്നന്റെ നേതൃത്വത്തിൽ പോയത് വെള്ളാഞ്ചിറ കള്ളുഷാപ്പിലേക്കാണ്; കുഴിവെട്ടുകാർക്ക് അവകാശമായി കിട്ടിയ കാശു കൊണ്ട് കള്ളുവാങ്ങിക്കുടിക്കാൻ.

അപ്പൂപ്പന്റെ മരണവാർത്തയറിഞ്ഞെത്തിയ ബന്ധുക്കൾക്കും വീട്ടുകാർക്കും അയൽക്കാർക്കുമൊക്കെ പഷ്ണിക്കഞ്ഞി[1] വിളമ്പിക്കൊടുത്ത് സുബ്രനും ഒന്നുരണ്ടു കൂട്ടുകാരും പലതും പറഞ്ഞ് മുറ്റത്തുനിന്നു. സുബ്രന്റെ പാർട്ടിയിലെ ആൾക്കാരാണവർ.

അതിലൊരാൾ സുബ്രനോടു പറഞ്ഞു. "ഇപ്പോ കാലമൊക്കെ മാറി. പലയിടത്തും ഇലക്ട്രിക് ശ്മശാനമൊക്കെ വന്നു. പെട്ടെന്ന് പരിപാടി കഴിയും. കുഴിയൊന്നും കുത്തി ബുദ്ധിമുട്ടേണ്ടാ."

"അതു ശര്യാ." കൂടെയുള്ള ഒരാൾ അതിനെ പിൻതാങ്ങിക്കൊണ്ടു പറഞ്ഞു. "അല്ലെങ്കിൽത്തന്നെ ഇപ്പോഴത്തെ കാലത്ത് ആർക്കാ കുഴിക്കാനൊക്കെ നേരം? ഇതൊക്കെ ശരിക്ക്യറിയാവുന്ന എത്രപേര്ണ്ട്?"

അവർ പറഞ്ഞത് ശരിയാണെന്ന് സുബ്രനു തോന്നി.

പഷ്ണിക്കഞ്ഞി കുടിച്ച് ഓരോരുത്തരും അവരവരുടെ വീടുകളിലേക്കുപോയി.

വീണ്ടും ആകാശത്ത് ഇരുണ്ട മേഘങ്ങൾ നിറയുകയും അവിടെ ഇടിമുഴങ്ങുകയും ചെയ്തു.

ആ രാത്രി ഏറെനേരം മഴ പെയ്തു.

രവി അമ്മയോടൊപ്പം പായയിൽ ചുരുണ്ടുകൂടിക്കിടന്നു. ഓലമേഞ്ഞ മേല്ക്കൂരയ്ക്കുമീതെ മഴ താണ്ഡവമാടുന്നു.

കിഴക്കൻ മലയിലേക്ക് ഈറ്റവെട്ടാൻ പോയ രാമനും കൂട്ടരും നാളെയെങ്കിലും എത്തുമെന്ന പ്രതീക്ഷയായിരുന്നു ചന്ദ്രികയ്ക്ക്.

ഉറക്കംവരാതെ കിടന്ന രവി, ഓല വാതിലിന്റെ വിടവിലൂടെ അപ്പുറത്തെ കോരനപ്പൂപ്പന്റെ കൊട്ടിലിൽ നോക്കിക്കിടന്നു. കൊട്ടിലിലെ വിളക്കുകളെല്ലാം അണഞ്ഞിരിക്കുന്നു. എന്നാൽ തൊട്ടപ്പുറത്തെ നീശ മൂത്തപ്പന്റെ തറയിലെ വിളക്കുമാത്രം അണഞ്ഞിട്ടില്ല.

രവി അപ്പോഴോർത്തത് ചൊവ്വ–വെള്ളി ദിവസങ്ങളിൽ തെണ്ടന്റെയും ഭൂതങ്ങളുടെയും തേർവാഴ്ചയുണ്ടെന്ന് കോരനപ്പൂപ്പൻ പറഞ്ഞുതന്ന കാര്യങ്ങളെക്കുറിച്ചാണ്. അമ്മയും പറഞ്ഞുകേട്ടിട്ടുണ്ട്.

കഴിഞ്ഞനാളുകളിലെന്നോ ഉറക്കമുണർന്ന താൻ തുടർച്ചയായ ഒരു മണിക്കിലുക്കവും കേട്ടിരുന്നു. മണികെട്ടിയ വടി നിലത്തുകുത്തി ആരോ അകലേക്ക് നടന്നുപോകുന്നതുപോലെയായിരുന്നു, അത്. താനന്ന് കേട്ടത് തെണ്ടന്റെ തേർവാഴ്ചാ ശബ്ദമാകാം.

അങ്ങനെയൊന്നുണ്ടെങ്കിൽ ഒന്ന് നേരിൽ കാണുകതന്നെ എന്ന് രവി തീരുമാനിച്ചു. ഈ വരുന്ന ചൊവ്വാഴ്ച ഉറക്കമിളച്ചിരിക്കണം. പുറത്ത് മണികിലുക്കം കേൾക്കുമ്പോൾ ഒച്ചയുണ്ടാക്കാതെ പുറത്തിറങ്ങി നോക്കണം. തൊണ്ടൻ എത്രമാത്രം വലിയവനാണ് എന്നറിയാമല്ലോ. കദളിച്ചിറ വരെ എന്തിനാണിങ്ങനെ രാത്രിയിൽ സഞ്ചരിക്കുന്നതെന്നും അറിയാമല്ലോ.

കദളിച്ചിറയിൽ ആരും കുളിക്കാൻപോകാറില്ല. കുറേപ്പേർ ആ ചിറയിൽ മുങ്ങിച്ചത്തിട്ടുണ്ടെന്നാണ് കേൾവി. ധാരാളം ദുർമ്മരണങ്ങൾ നടന്ന ആ ചിറയ്ക്കു സമീപത്തുകൂടെ ആരും വഴിനടക്കാറുമില്ല. നട്ടുച്ച നേരത്ത് അവിടെ പല ശബ്ദങ്ങളും അലർച്ചകളും കേൾക്കാറുണ്ടെന്ന് കൊയ്യാൻ പോയവർ പറയുമായിരുന്നു. എന്തായാലും താനിതുവരെ ആ വഴിക്കു ഒറ്റയ്ക്കു നടന്നുപോയിട്ടില്ലെന്നു രവി ഓർത്തു.

രാത്രിയിൽ കാത്തിരുന്ന് തെണ്ടനെ കണ്ടെത്തിയാൽ സ്കൂളിൽ ചെന്ന് കൂട്ടുകാരോടു പറയാമെന്ന് രവി സന്തോഷിച്ചു.

സുബ്രന്റെ മകൾ ലീല പഠിക്കുന്നത് രവിയുടെ ക്ലാസിലാണ്. മുത്തപ്പാപ്പന്റെ മരണം കാരണം ഇനി കുറേ ദിവസം കഴിഞ്ഞേ ലീല

ക്ലാസിൽവരൂ.

പുരമുകളിലും മുറ്റത്തും താളംകൊട്ടുന്ന മഴയെക്കേട്ട് രവി മെല്ലെ ഉറക്കത്തിലേക്കു പ്രവേശിച്ചു.

ഉറക്കത്തിന്റെ അഗാധതയിൽ അവൻ ഒരു സ്വപ്നംകണ്ടു. പാഞ്ചാലിപ്പുഴയുടെ തീരം.

നല്ല തെളിഞ്ഞ അന്തരീക്ഷം. സൂര്യന്റെ സ്വർണ്ണനിറമുള്ള രശ്മികൾ പുഴയുടെ ഓളങ്ങളിൽ മിന്നിത്തിളങ്ങുന്നു

പുഴയുടെ തീരത്തെ പേരാലിന്റെ തറയിൽ ഒരാളിരിക്കുന്നു. നാല്പതുവയസ്സോളം പ്രായം.

സ്കൂൾ കഴിഞ്ഞു വരികയായിരുന്ന രവി ആ ആലിൻതറയിലേക്കു ചെല്ലുന്നു.

“ആരാ?” രവി അയാളോടു ചോദിച്ചു.

“ഞാൻ കണ്ണൻ” അയാൾ പുഞ്ചിരിച്ചുകൊണ്ട് രവിയോടു പറയുന്നു: “ഇരുപതു വർഷംമുൻപ് പാഞ്ചാലിപ്പുഴ നീന്തി കിഴക്കൻ മലയിലേക്കു പോയ കണ്ണൻ.”

പെട്ടെന്നുതന്നെ രവി ഉറക്കത്തിൽനിന്നുണരുകയും ചെയ്തു.

തൊട്ടടുത്തു കിടക്കുന്ന അമ്മ നല്ല ഉറക്കമാണ്.

രവി ഓർത്തു.

കണ്ണൻ എന്നൊരാൾ ഇരുപതുവർഷം മുമ്പ് കിഴക്കൻ മലയിലേക്കു പാഞ്ചാലിപ്പുഴ നീന്തിപ്പോയി എന്നതും നാളിതുവരെയും തിരിച്ചുവന്നിട്ടില്ലെന്നതും കേട്ടിട്ടുണ്ട്. അയാൾതന്നെയാകുമോ തന്റെ സ്വപ്നത്തിൽ വന്നത്?

അവൻ ചിന്തിച്ചു.

കിഴക്കൻ മലയിലേക്കു മറ്റു മൂന്നുപേരോടൊപ്പം ഈറ്റവെട്ടാൻ പോയ തന്റെ അച്ഛൻ എന്നാണു തിരിച്ചുവരിക? ഇനി, അച്ഛനും ഒരിക്കലും തിരിച്ചുവരില്ലെന്നുണ്ടോ?

കുറിപ്പ്

1. പഷ്ണിക്കഞ്ഞി - പട്ടിണിക്കഞ്ഞി. ഒരു വീട്ടിൽ മരണം നടന്നാൽ അന്നവിടെ ഭക്ഷണം വയ്ക്കില്ല. ശവസംസ്കാരംവരെ വീട്ടുകാർ പട്ടിണികിടക്കും. ശേഷം, അയൽപക്കത്ത് ഭക്ഷണം വയ്ക്കുകയും അത് മരണവീട്ടിൽക്കൊണ്ടുവന്ന് എല്ലാവർക്കും വിളിമ്പിക്കൊടുക്കുകയും ചെയ്യും.

മൂന്ന്

അന്നുപെയ്ത മഴയിൽ പാഞ്ചാലിപ്പുഴ കരകവിഞ്ഞൊഴുകി.

എണ്ണമറ്റ സംസ്കാരങ്ങൾ അവശേഷിച്ചുപോയ അടയാളങ്ങൾപോലും മാഞ്ഞുതുടങ്ങിയ ആ പുഴക്കരയിലെ പേരാലിൽചുവട്ടിൽ, സ്കൂൾ യാത്രയ്ക്കിടെ രവി നിന്നു.

മുകളിലേക്കു നോക്കിയ അവനെ കാറ്റിലാടുന്ന ആലിലകൾ ആകാശം മറച്ചു. അതിന്റെ പൗരാണികമായ ശിഖരങ്ങളിലൊന്നിൽ വന്നിരുന്ന് ഒരു വയസ്സൻകാക്ക അവനെ നോക്കിക്കരഞ്ഞു.

അത് പിതൃലോകത്തുനിന്ന് വരുന്നതാണെന്ന് അവനുതോന്നി. മരണശേഷം ഗതികിട്ടാതെപോയ ആത്മാക്കളിലാരെങ്കിലുമാവാം അത്. ചിലപ്പോൾ തന്റെ മുതുമുത്തപ്പന്മാരിൽ ആരെങ്കിലുമാവാം. തനിക്കുശേഷം കിളിർത്തുവന്ന തലമുറകളെ നേരിൽക്കാണാൻ വന്നുചേർന്നതാവാം.

നിശ്ശബ്ദതയെ ഭഞ്ജിച്ചുകൊണ്ട് ആകാശത്തിന്റെ വിശാലതകളിലെവിടെയോ ഒരു ഇടിമുഴങ്ങി.

രവി ആലിൻചുവട്ടിലേക്കു കയറി. പൊട്ടിപ്പൊളിഞ്ഞ് കാലുകളടർന്ന തറയിലിരുന്നു.

ഇന്നലത്തെ സ്വപ്നത്തിൽ ഈ ആലിൻചുവട്ടിലാണ് താൻ ആ മനുഷ്യനെ കണ്ടത്.

എത്രപേർ വന്നിരുന്ന് ക്ഷീണം തീർത്തുപോയ ആലിൻതറയാണിത്. അവരുടെയൊക്കെ നിശ്വാസങ്ങളും ഗദ്ഗദങ്ങളും ഏറ്റുവാങ്ങിയ ആലല്ലേ ഇത്! ഈ പുഴയുടെ തീരത്ത് എത്രയെത്ര സംസ്കാരങ്ങൾ ഉദിച്ച്, നിലനിന്ന്, വീണു തകർന്നിട്ടുണ്ടാവും. അങ്ങനെ എത്രയെത്ര വ്യഥകൾക്കാണ് പാഞ്ചാലിപ്പുഴയും ഈ പേരാലും സാക്ഷിയായിട്ടുണ്ടാവുക!

ഇടവഴിയിൽനിന്നും പുഴയുടെ തീരത്തേക്കു ഇറങ്ങിവരികയായിരുന്ന നാലുപേരെ രവി കണ്ടു.

വലിയൊരു മുളങ്കാലിൽ, ചത്ത പശുവിനെ കൈകാലുകൾ മുകളിലേക്കായി കെട്ടിഞാത്തി രണ്ടുപേർ മുൻപിലും രണ്ടുപേർ പിൻപിലുമായി വളരെ പണിപ്പെട്ടു പിടിച്ചുകൊണ്ടുവരികയായിരുന്നു.

ആ കാഴ്ച രവി ഏറെനേരം നോക്കിനിന്നു.

പശുവിന് നല്ല ഭാരമുള്ളതിനാൽ നാലുപേരും നടക്കാൻ നന്നേ ബുദ്ധിമുട്ടുന്നുണ്ട്.

"ഇതിനെ എവിടേയ്ക്കാ?" രവി അവരോടു ചോദിച്ചു.

"കുഴിച്ചിടാനാ." അവരിലൊരാൾ തിരിഞ്ഞുനോക്കാതെ പറഞ്ഞു.

അവർ നടന്നു മറഞ്ഞപ്പോൾ, കോരനപ്പൂപ്പൻ പറഞ്ഞുതന്ന കഥകളാണ് രവി ഓർത്തത്.

പണ്ടൊക്കെ ഉയർന്ന ജാതിക്കാരായ ആളുകളുടെ വീട്ടിൽ പശുവോ പോത്തോ ചത്തുപോയാൽ ഉടനേവന്ന് പറയരെ വിളിക്കും. അങ്ങനെയൊരു വിളിക്കു കാത്തിരിക്കുന്നവരാണവർ. പശുവോ പോത്തോ ചത്തു കിടക്കുന്നിടത്തുചെന്ന് അവയെ തണ്ടിൽ കെട്ടിക്കൊണ്ടുപോരും. പിന്നെ കോളനിയിലെ എല്ലാ കുടുംബങ്ങളിലും മാംസഭക്ഷണമായിരിക്കും. കോരനപ്പൂപ്പനും അങ്ങനെയൊക്കെ ചെയ്തിട്ടുണ്ട്.

"അന്ന് അങ്ങനെയൊക്കെയായിരുന്നു. പട്ടിണിയല്ലേ!" അക്കാലമോർത്ത് കോരനപ്പൂപ്പൻ നെടുവീർപ്പിട്ടു പറഞ്ഞു. "ഇന്നിപ്പോ കാലംമാറി. പഴയപോലെ പട്ടിണിയൊന്നുമില്ല."

രവി ഓർത്തുകൊണ്ടിരുന്ന ആൾതന്നെയാണ് അപ്പോൾ മുന്നിലെത്തിയത്. കോരനപ്പൂപ്പൻ.

കൈയിൽ വെട്ടുകത്തിയുമായി മുളവെട്ടാനിറങ്ങിയ കോരൻ അവരെ കണ്ട് ചോദിച്ചു:

"മോനിന്ന് പഠിത്തല്ല്യേ?"

"ആ."

"എന്നാ വേഗം ചെല്ല്. മാഷന്മാര് ചീത്ത പറയത്തില്ലേ?"

"ആ."

"അപ്പൂപ്പനെവിടേയ്ക്കാ?" അവൻ ചോദിച്ചു.

"ഞാൻ രണ്ട് മുളവെട്ടാൻ. ഈറ്റ ഇനി എന്നുവരാനാ. അപ്പനിതുവരെ വന്നില്ല്യാലോ?"

"ഇല്യ."

"എന്നാ മഴയ്ക്കു മുന്ന് പൊക്കോ."

കോരൻ മുളവെട്ടാൻ പോയി.

ഈറ്റ കിട്ടിയില്ലെങ്കിൽ പകരം മുളകൊണ്ട് കുട്ടനെയ്താണ് കോളനിയിലുള്ളവരെല്ലാം ജീവിച്ചിരുന്നത്.

പാക്കനാരും ഭാര്യയും മുളവെട്ടാൻ പോയപ്പോൾ നിധി കണ്ടെന്നും പാക്കനാരുടെ ഭാര്യ അതെടുക്കാൻ ആഗ്രഹം പ്രകടിപ്പിച്ചപ്പോൾ 'നിധി ആളെക്കൊല്ലി'യാണെന്നു പറഞ്ഞ് പാക്കനാർ ഭാര്യയെ പിൻതിരിപ്പിച്ചതുമായ കഥകൾ കോരനപ്പൂപ്പൻ പറഞ്ഞുകേട്ടിട്ടുള്ളത് ഓർത്തുകൊ

ണ്ടാണ് രവി സ്കൂളിൽ ചെന്നുകയറിയത്.

പാക്കനാർക്ക് ഇന്നും പണം ആളെക്കൊല്ലി തന്നെ!

തങ്കപ്പനാശാനെക്കുറിച്ചും പറഞ്ഞുകേട്ടിട്ടുള്ളത് രവി ഓർത്തു. തങ്കപ്പനാശാൻ നല്ല പൊക്കവും വണ്ണവുമുള്ള മനുഷ്യനായിരുന്നു. ആശാന്റെ മീശതന്നെ കണ്ടാൽ ആരും വിറച്ചുപോകും. ഉയരം, വണ്ണം, മീശ എന്നിവ തങ്കപ്പനാശനോളമുള്ള മറ്റാരും ആ കോളനിയിലില്ലായിരുന്നു.

ഒരിക്കൽ, ഇരിങ്ങാലക്കുട ചന്തയിലേക്കു കുട്ടയും കൊണ്ടുപോയ തങ്കപ്പനാശാനെ ഏതോ ഒരു പൊലീസുദ്യോഗസ്ഥൻ കാണുകയും പിടിച്ചുവലിച്ചുകൊണ്ടുപോവുകയും ചെയ്തു. എന്തിനെന്നോ, പൊലീസാകാൻ! പൊലീസിലേക്ക് അക്കാലത്ത് അങ്ങനെയും ആളുകളെ കരുത്തരെ പിടിച്ചുകൊണ്ടുപോകുന്ന പതിവുണ്ടായിരുന്നു. എന്തുചെയ്യാം! തങ്കപ്പനാശാൻ പൊലീസുദ്യോഗം ലഭിച്ച ഒരാഴ്ചയ്ക്കകം അവിടെ നിന്നോടിപ്പോന്നു. തല മുണ്ഡനംചെയ്തും മീശ വടിച്ചും തങ്കപ്പനാശാൻ പൊലീസിനെ പ്പേടിച്ച് പിന്നെ കുടിലീന്ന് പുറത്തിറങ്ങിയിട്ടില്ല. ദീനം വന്നാണ് മരിച്ചത്. ആ ഉദ്യോഗത്തിൽത്തന്നെ പിടിച്ചുനിന്നിരുന്നെങ്കിൽ തങ്കപ്പനാശാന്റെ ഭാര്യക്കും മക്കൾക്കും എന്തെല്ലാം നേട്ടങ്ങളുണ്ടായേനെ! ആ കോളനിയിൽ നിന്നും സർക്കാരുദ്യോഗത്തിലേക്കുപോയ ഒരേയൊരാളും കുടുംബവും അങ്ങനെ ഗതിയില്ലാതെ ഒടുങ്ങി!

ക്ലാസിലെത്തിയ രവിയേയും തൊട്ടടുത്തിരിക്കുന്ന ചാത്തനെയും അദ്ധ്യാപകൻ അടുത്തേക്കുവിളിച്ചു പറഞ്ഞു. “നാളെ സ്കൂളിൽ വന്ന് സ്റ്റൈപന്റ് വാങ്ങാൻ നിങ്ങടെ അച്ഛനമ്മമാരോടു പറയണം.”

അവരുടെ അതേ ബഞ്ചിലിരിക്കുന്ന ഹരിക്ക് അപ്പോഴാണ് അവർ പട്ടികജാതിക്കാരാണെന്ന് ബോദ്ധ്യമായത്.

ഉച്ചച്ചോറ് കഴിച്ചിരിക്കെ ഹരി രവിയോട് പതുക്കെ ചോദിച്ചു:

“നിങ്ങള് മന്ത്രവാദികളാ?”

“അല്ല.” രവി പറഞ്ഞു.

“എന്റെ അമ്മ പറഞ്ഞിട്ടുണ്ടല്ലോ – നിങ്ങടെ വർഗ്ഗക്കാര് മന്ത്രവാദികളാണെന്നും ചത്ത നാല്ക്കാലികളെ തിന്നുന്നവരുമാണെന്ന്.”

“ആവോ. എനിക്കറിയില്ല.” രവി അവനോടു പറഞ്ഞു. “ഞാൻ മന്ത്രവാദിയുമല്ല ചത്ത നാല്ക്കാലികളെ തിന്നുന്നവനുമല്ല.”

അതുകേട്ടുകൊണ്ടുവന്ന ചാത്തൻ ഹരിയുടെ തോളിൽത്തട്ടി ചോദിച്ചു: “ഹരിയെന്നല്ലേ നിന്റെ പേര്?”

“അതെ.” അവൻ പറഞ്ഞു.

“നീ ഹരി. ഞങ്ങൾ ഹരിജനങ്ങൾ. അപ്പോ നമ്മളൊന്നല്ലേ. പിന്നെങ്ങനെയാ ഞങ്ങൾ നിന്നേക്കാൾ താഴ്ന്നവരാകണേ?” ചാത്തന്റെ ചോദ്യം കേട്ട് ഹരി പിന്നെ മിണ്ടിയില്ല. താൻ നായരാണെന്ന ഒരു അഹംഭാവം ചെറുപ്പത്തിലേ അവന്റെ മനസ്സിൽ കുടിയേറിയിരുന്നു. അതിനു കിട്ടിയ കനത്ത ആഘാതമായി ചാത്തന്റെ വാക്കുകൾ.

രവിയെ അപേക്ഷിച്ച് ചാത്തന് ധൈര്യം ഏറെക്കൂടുതലായിരുന്നു.

ഉച്ചയ്ക്കു ക്ലാസ് ബഞ്ചിലിരിക്കുമ്പോൾ ചാത്തൻ ഒരു നോട്ടുബുക്കെടുത്ത് അതിൽനിന്ന് ഒരു മഹാന്റെ ചിത്രം പുറത്തെടുത്ത് രവിയെ കാണിച്ചുകൊണ്ടു പറഞ്ഞു.

"കണ്ടോ. ഞങ്ങടെ നേതാവാ. അയ്യങ്കാളി!"

ചാത്തൻ അഭിമാനപൂർവ്വം ആ ചിത്രമെടുത്ത് തന്റെ പുസ്തകത്തിൽത്തന്നെ വച്ചു. എന്നിട്ട് രവിയോടു പറഞ്ഞുകൊടുത്തു.

"പണ്ട് ദിവാൻ ഭരിക്കുന്ന കാലത്തേ.. ദിവാൻ ധരിക്കണ കോട്ടും തലപ്പാവും ധരിച്ച് വില്ലുവണ്ടീല് സഞ്ചരിച്ച ആളാ. എന്തിനാണറിയോ. അടിമത്തത്തിൽനിന്നും നമ്മളെയൊക്കെ രക്ഷിക്കാൻ! സമപ്രായക്കാരാണെങ്കിലും ചാത്തന്റെ വാക്കുകൾ ഒരു മുതിർന്ന ആളുടേതായിരുന്നു.

ചാത്തൻ തുടർന്നു;

"നിങ്ങൾക്കുമുണ്ട് വലിയൊരു നേതാവ്. അംബേദ്കറ്."

ആ പേര് രവി കേട്ടിട്ടുണ്ട്. അവർക്കു പഠിക്കാനുള്ള പാഠപുസ്തകത്തിലെ ഒരു പാഠം ആ മഹാനെക്കുറിച്ചായിരുന്നു.

"അംബേദ്കറും അയ്യങ്കാളിയുമൊക്കെ നമ്മുടെ നേതാക്കന്മാരാ." ചാത്തൻ പറഞ്ഞു.

"നമ്മളൊന്നോ!" ചാത്തന്റെ ആ വാക്കുകൾ അല്പം ഉച്ചത്തിലായപ്പോൾ അകത്തേക്കുകടന്നുവന്ന അദ്ധ്യാപകൻ അതുകേട്ടു. അവരുടെ തൊട്ടടുത്തു നില്പുണ്ടായിരുന്ന ഹരിയെച്ചൂണ്ടി സരസനായ അദ്ധ്യാപകൻ ചാത്തനോടു പറഞ്ഞു.

"ആ തൊട്ടടുത്തു നില്ക്കുന്ന ഹരിയെക്കൂടി കൂട്ടിക്കോ. എന്നാലേ എല്ലാരും ഒന്നാവൂ."

മറ്റു കുട്ടികൾക്കൊന്നും അതു മനസ്സിലായില്ല.

അദ്ധ്യാപകനോട് ചാത്തൻ മറുപടി പറഞ്ഞതിങ്ങനെ: "അകന്നുനിക്കണ്ടാന്ന് അവനുംകൂടെ തോന്നണം."

കോരൻ കൊട്ടിലിൽ വിളക്കുവച്ചു.

ആ സമയത്താണ് ചക്കനും ചേന്നനും വന്നത്.

മന്ത്രവാദിയായ ചക്കന്റെ കൈയിൽ ഒരു നീണ്ട ചൂരൽവടിയുണ്ടായിരുന്നു. ഒരു തിരിയും കത്തിച്ചുപിടിച്ചിരുന്നു.

"നമുക്കൊരു വെളക്കുവയ്ക്കാം." ചേന്നൻ കോരനോടു പറഞ്ഞു.

കോരന്റെ കൊട്ടിലിൽനിന്നും ഒരു തിരി തെളിയിച്ച് അതെടുത്ത് കോരൻ പുറത്തുവന്നു.

"വാ. പുഴക്കരെ പോവാം." ചക്കൻ പറഞ്ഞു.

ചക്കൻ മുന്നിലും പിന്നിൽ കോരനും ഏറ്റവും പിന്നിൽ ചേന്നനും നടന്നു.

തിരികത്തിച്ച് അവർ നടന്നുപോകുന്നത് വീട്ടിലിരുന്ന് ചന്ദ്രിക കാണുന്നുണ്ടായിരുന്നു.

പാഠപുസ്തകം തുറന്ന് പഠിക്കാനിരിക്കുകയായിരുന്ന രവിയും അവരെ കണ്ടു.

മൂവരും പോയത് പാഞ്ചാലിപ്പുഴയുടെ തീരത്തേക്കാണ്.

ആലിൻതറയിൽ അവർ ആ തിരികത്തിച്ചു. തങ്ങളുടെ സങ്കല്പത്തിലെ പാക്കനാർദൈവം അവിടെയാണ് കുടിയിരിക്കുന്നത്.

കിഴക്കൻ മലയിലേക്ക് ഈറ്റവെട്ടാൻ പോയവർ അഞ്ചുദിവസമായിട്ടും തിരിച്ചു വരാതായപ്പോൾ പാക്കനാർദൈവത്തോടു പ്രാർത്ഥിക്കാനാണ് അവർ വന്നത്. വിളിച്ചാൽ വിളിപ്പുറത്താണ് പാക്കനാർ ദൈവമെന്നാണ് എല്ലാവരുടെയും വിശ്വാസം.

മന്ത്രവാദിയായ ചക്കൻ ആദ്യം തന്റെ കൈയിലിരുന്ന തിരി ആലിൻതറയിൽ പാക്കനാർദൈവത്തിന്റെ സാങ്കല്പികസ്ഥലത്തുവച്ച് പ്രാർത്ഥിച്ചു. കോരനും അതുതന്നെ ചെയ്തു. ചേന്നൻ തൊഴുതുനിന്നു.

ഈറ്റവെട്ടാൻപോയ യുവാക്കളായ രാമൻ, ചന്ദ്രൻ, പരമു, ഉണ്ണിച്ചെക്കൻ എന്നിവരിൽ ചക്കന്റെ മകനാണ് പരമു.

“പോയോര് ഒരാപത്തും സംഭവിക്ക്യാണ്ട് തിരിച്ചുവരണേ.” ചക്കൻ ഉച്ചത്തിൽ പ്രാർത്ഥിച്ച് വലംകൈകൊണ്ട് തന്റെ നെഞ്ചത്തടിച്ചു.

“കാത്തിരുന്ന് കുടുംബക്കാര് വെഷമിച്ചു തൊടങ്ങീട്ടോ!” കോരനും അതേ ഉച്ചത്തിൽത്തന്നെ പാക്കനാർ ദൈവത്തോടു പ്രാർത്ഥിച്ചു.

മൂവരും പലതും പറഞ്ഞുകൊണ്ട് തിരിച്ചുവരുന്നതുകണ്ട ചന്ദ്രിക, രവിയോടു പറഞ്ഞു:

“അവരുടെ കൂടെപ്പോയി നിനക്കും ഒന്നു പ്രാർത്ഥിക്ക്യാരുന്നു.”

രവിയുടെ അപ്പൻ രാമനും ഈറ്റവെട്ടാൻ പോയവരുടെ കൂട്ടത്തിലുണ്ടല്ലോ.

രാമന്റെ വീടെത്തിയപ്പോൾ ചക്കൻ, ഇയത്തിരിപ്പുണ്ടായിരുന്ന ചന്ദ്രികയോടു വിളിച്ചുപറഞ്ഞു:

“ധൈര്യായിട്ട് കെടന്നൊറങ്ങിക്കോ. നാളെ എത്തും.”

ചക്കന്റെ വാക്കുകേട്ട ചന്ദ്രികയ്ക്ക് ഒരല്പം മനസ്സമാധാനം കിട്ടി.

അവൾ രവിക്കു ചോറു വിളമ്പിക്കൊടുത്തു.

പായയിൽ അമ്മയ്ക്കു സമീപംകിടന്ന് ഇരുട്ടിൽ രവി ചിന്തിച്ചത് ഈറ്റവെട്ടാൻ പോയവരെക്കുറിച്ചായിരുന്നു. ചക്കനെപ്പൂപ്പൻ പറഞ്ഞതുപോലെ, നാളെത്തന്നെ എല്ലാവരും ഈറ്റയുമായി തിരിച്ചെത്തുമോ?

പിറ്റേന്നു രാവിലെ രവിക്കു പുസ്തകവും ചോറ്റുപാത്രവും സഞ്ചിയിൽ വച്ചുകൊടുക്കുമ്പോൾ ചന്ദ്രിക പറഞ്ഞു:

“ഞാൻ ഉച്ചക്കുവരാം. പുതിയ ബാഗും വാങ്ങാം.!”

ഇത്തവണ സ്കൂളിൽ നിന്നു കാശ് കിട്ടുമ്പോൾ അവനൊരു പുതിയ ബാഗ് വാങ്ങിക്കൊടുക്കാമെന്ന് അവൾ മുന്നേ പറഞ്ഞുവച്ചതാണ്.

ഇത്തവണ വീടിന്റെ മേല്ക്കൂര പുതിയ ഓല വാങ്ങിക്കെട്ടാനുള്ള കാശ് തെകഞ്ഞിട്ടില്ല. അതെങ്ങനെ? ഈറ്റയ്ക്കു പോയവർ ഇതുവരെ തിരിച്ചു വന്നിട്ടില്ലല്ലോ.

പുഴയുടെ തീരത്തെത്തി ആലിൻതറയിലേക്കു നോക്കിയ രവി അവിടെ ഒരാളിരിക്കുന്നതു കണ്ടു.

അവൻ അങ്ങോട്ടു നടന്നുചെന്നു.

അത്ഭുതപ്പെട്ടുപോയി. താൻ മിനിയാന്ന് സ്വപ്നത്തിൽ കണ്ട ആൾ.

അയാൾ തിരിഞ്ഞ് രവിയെ നോക്കി.

“ആരാ?” രവി ചോദിച്ചു.

“ഇരുപതുവർഷം മുമ്പ് പാഞ്ചാലിപ്പുഴനീന്തി കിഴക്കൻ മലയിലേക്കു പോയതാ. പേര് കണ്ണൻ” അയാൾ പറഞ്ഞു. യുവാവായ അയാൾക്കു തന്റെ അച്ഛന്റെ പ്രായമേയുള്ളൂ എന്ന് രവിക്കു തോന്നി.

അയാൾ തുടർന്നു: “ഇരുപത് വയസ്സിൽ പോയതാ.”

രവി ചിന്തിച്ചു. ഇങ്ങനെയൊരാൾ കിഴക്കൻ മലയിലേക്കു പോയിട്ട് ഇത്രയുംനാളായിട്ട് തിരിച്ചുവന്നിട്ടില്ലെന്ന് എല്ലാവരും പറഞ്ഞുകേട്ടിട്ടുണ്ട്.

രവിക്കു ആളെക്കണ്ടപ്പോൾ സന്തോഷവും അത്ഭുതവും തോന്നി.

കണ്ണൻ എന്ന നാമം ഇപ്പോൾ ഒരു ഐതിഹ്യകഥാപാത്രം പോലെയാണ് എല്ലാവർക്കും. കിഴക്കൻ മലയിൽപോയി അന്ത്യംവരിച്ചിരിക്കും എന്നാണ്. എല്ലാവരുടെയും വിശ്വാസം.

“ഇനി തിരിച്ചുവരില്യാന്നാ എല്ലാവരും വിശ്വസിച്ചിരിക്കണേ.” രവി അയാളോടു പറഞ്ഞു.

“കാണുമ്പോൾ എല്ലാവർക്കും സന്തോഷാവും.”

കണ്ണൻ ഒന്നു ചിരിച്ചു.

ഇവിടത്തെ സംഭവവികാസങ്ങളൊക്കെ അയാൾ ഊഹിച്ചറിഞ്ഞ പോലെ.

“ഞാൻ മരിച്ചുപോയിരിക്കുന്നു എന്ന് എല്ലാവരും കരുതിയിരിക്കണം. അറിയാം.” അയാൾ പറഞ്ഞു. “ഇനിയെന്നെ ആരും വിശ്വസിക്കാനും പോണില്ല.”

രവി അയാൾ പറയുന്നത് കാതോർത്തു.

അയാൾ തുടർന്നു:

“ഞാനിപ്പോൾ കണ്ണനല്ല; കണ്ണ മുത്തനല്ലേ! കുറേക്കാലം കൂടി കഴിഞ്ഞാൽ ദൈവമാകും. പക്ഷേ, എനിക്കതങ്ങനെ ദൈവമാകേണ്ടാ!”

അയാളുടെ സ്വരത്തിൽ വേദനയും നീരസവുമൊക്കെ പ്രകടമായിരുന്നു.

നാല്

കോരന്റെ വീട്ടിൽ തുടികൊട്ടുന്ന ശബ്ദം കേട്ടപ്പോൾ, ചന്ദ്രികയും രവിയും അങ്ങോട്ടു ചെന്നു.

കോരന്റെ കൊട്ടിലിൽ ഇന്ന് കൊട്ടുപാട്ടാണ്.

ധാരാളംപേർ വന്നുനില്പുണ്ട്. കൊട്ടിലിനു ചുറ്റും തെങ്ങിൻ കുരുത്തോലകൊണ്ട് അരങ്ങിയിടുകയും മഴ കൊള്ളാതിരിക്കാൻ ഓലകൊണ്ട് പന്തലിടുകയും ചെയ്തിട്ടുണ്ട്.

ചാണകം മെഴുകിയ മുറ്റത്ത്. ഒരറ്റത്തായി പാട്ടുകാരുടെ തുടിയും കൊമ്പുമൊക്കെ വച്ചിട്ടുണ്ട്. പാട്ടുകാർ പുറമേ നിന്നുള്ളവരാണ്. നിലത്തു വിരിച്ച പുല്പായയിൽ അവർ ചടഞ്ഞുകൂടി ഇരിപ്പുണ്ട്.

കോരനും ചക്കനും ചേന്നനും വേറെ ഒന്നുരണ്ടുപേരും കൂടി കൊട്ടിലിൽ വീതുവയ്ക്കുകയാണ്.

രവി, കൊട്ടുപകരണങ്ങളെ നോക്കിയിരുന്നു.

പറയന്റെ തുടിയിൽ പ്രപഞ്ചതാളം മുഴുവനും സന്നിവേശിപ്പിച്ചിരിക്കുന്നു എന്ന് അവൻ കേട്ടിട്ടുണ്ട്.

കൊട്ടിലിലെ വീതുവയ്പു കഴിഞ്ഞപ്പോൾ മുതിർന്നവർ വന്ന്, പാട്ടുകൊട്ടു തുടങ്ങാൻ ആംഗ്യംകാട്ടി.

അപ്പോഴാണ് തലയിൽ വട്ടമുടി[1]യും ദേഹമാസകലം പട്ടും ചുറ്റിയ ഒരാൾ മുന്നിലേക്കു വന്നത്.

പാട്ടുകാർ എഴുന്നേറ്റുനിന്ന് ദേവീസ്തുതി പാടാൻ തുടങ്ങി. കൊടുങ്ങല്ലൂരമ്മയെക്കുറിച്ചുള്ള പാട്ടാണ് അവർ പാടുന്നതെന്ന് രവിക്കു മനസ്സിലാക്കാൻ കഴിഞ്ഞു. കാളീ– ദാരിക യുദ്ധമാണ് പാട്ടിലെ വിഷയം.

മര[2]ത്തിന്റെയും തുടിയുടെയും താളം അവിടമാകെ മുഴങ്ങി. പാട്ടിൽ ദാരികനിഗ്രഹത്തിനു ഭദ്രകാളി അവതരിച്ച സന്ദർഭമെത്തിയപ്പോൾ മുടി

കെട്ടി അവിടെ നില്പുണ്ടായിരുന്ന ആൾ ദേഹമാസകലം വിറച്ച്, സാക്ഷാൽ ഭദ്രകാളിയെപ്പോലെ ഉറഞ്ഞുതുള്ളാൻ തുടങ്ങി.

കോരൻ വേഗം ചെന്ന് കൊട്ടിലിൽനിന്നും ഭദ്രകാളിയുടെ വാളെടുത്തുകൊണ്ടുവന്ന് അയാളുടെ വിറയ്ക്കുന്ന കരങ്ങളിൽ ബലമായി പിടിച്ചുകൊടുത്തു.

ഇതേസമയം തന്നെ ദാരികവേഷംകെട്ടി തൊട്ടടുത്ത് നില്പുണ്ടായിരുന്ന ആളും പാട്ടിന്റെ താളത്തിനനുസരിച്ച് തുള്ളാനും നൃത്തമാടാനും തുടങ്ങി.

പാട്ടുകാർക്കും കൊട്ടുകാർക്കും ഇടയിൽനിന്ന് കാളീ–ദാരികയുദ്ധം നടക്കുന്നു. കാളി വാളോങ്ങുമ്പോൾ ദാരികൻ പേടിച്ചോടുന്നു. വാളും വീശി കാളി പിന്നാലെ ചെല്ലുമ്പോൾ ദാരികൻ വീടിനുചുറ്റും ഒരു വലം വച്ച് തിരിച്ചെത്തി വീണ്ടും യുദ്ധം തുടരുന്നു.

പാട്ട് ആവേശം മുറുകുകയും ഭദ്രകാളി തന്റെ പള്ളിവാൾകൊണ്ട് ദാരികന്റെ ശിരസ്സ് അറുത്തെടുക്കുകയും ചെയ്യുന്ന സന്ദർഭത്തിൽ മുടികെട്ടിയവർ അതവിടെ അഭിനയിച്ചുഫലിപ്പിക്കുന്നു. യഥാർത്ഥ ഭദ്രകാളിയും ദാരികനും അവർ തന്നെയെന്നുകരുതി ചുറ്റും നില്ക്കുന്ന കാണികൾ അവരെ തൊഴുതു. ഭയഭക്തി ബഹുമാനത്തോടെ അവർ “അമ്മേ... ദേവീ.... മഹാമായേ..” എന്നുവിളിച്ചു പ്രാർത്ഥിക്കാൻ തുടങ്ങി.

മുടികെട്ടിയവർ യുദ്ധം നിർത്തി കുശലം പറയുന്നു.

തുടർന്നു പാട്ടുകാർ പാടിയത് ഭദ്രകാളി തന്റെ വിജയമാഘോഷിക്കുന്നതാണ്.

ആ പാട്ടു തുടങ്ങിയതോടെ ചുറ്റുംകൂടിനിന്ന സ്ത്രീജനങ്ങളെല്ലാം ആർത്തുവിളിച്ച് തുള്ളാൻ തുടങ്ങി. അവർ തങ്ങളുടെ കാർകൂന്തൽ അഴിച്ചിട്ട് കൊട്ടുപാട്ടുകാർക്കൊപ്പം നിന്ന് തലയാട്ടി ആടാനാരംഭിച്ചു. ചെറുപ്പക്കാരോ വൃദ്ധകളോ എന്ന ഭേദമില്ലാതെ സ്ത്രീകളെല്ലാം പന്തലിലേക്കു കടന്ന് മുടിയഴിച്ച് ആടി. സ്വയം ദേവിയായി സങ്കല്പിച്ച് അവർ തല ഒരേ താളത്തിൽ ചലിപ്പിച്ച് മുടിയാട്ടം നടത്തിയപ്പോൾ കൊട്ടുപാട്ടുകാരുടെ ആവേശം വീണ്ടും വർദ്ധിച്ചു.

മുടിയഴിച്ചാടുന്ന ചിലരെ കണ്ടപ്പോൾ അവരിൽ സംഹാരരുദ്രയായ കാളീഭാവം രവിക്കു കാണാൻകഴിഞ്ഞു. അവന്റെ അമ്മ ചന്ദ്രികയും മറ്റു രണ്ടുമൂന്നു സ്ത്രീകളും പന്തലിന്റെ ഒരറ്റത്തേക്കു മാറിനിന്ന് അതെല്ലാം കണ്ടുകൊണ്ടുനിന്നു.

കൊട്ട്, പാട്ട്, മുടിയാട്ടം, ആർപ്പുവിളി ഇവയൊക്കെച്ചേർന്ന് അവിടമാകെ ഒര് ഉത്സവാന്തരീക്ഷം സൃഷ്ടിച്ചു.

കാളീ–ദാരിക വേഷക്കാർ തിണ്ണയോടു ചേർന്ന് ഇറയത്തിരുന്ന് ക്ഷീണം തീർക്കുന്നുണ്ട്.

ചേന്നൻ അവർക്കു ഗ്ലാസിൽ കള്ളുകൊടുക്കുന്നു. കാളിയും ദാരികനും ചിരിച്ചുകൊണ്ട് അതു വാങ്ങിക്കുടിക്കുന്നു. രവി അവരെ വീക്ഷിച്ചുകൊണ്ട് നിന്നു. ഇതുവരെ താൻ പഠിച്ച പുസ്തകങ്ങളിലൊന്നും ഇമ്മാ

തിരി തള്ളൽക്കാരുടെ ചിത്രങ്ങൾ കണ്ടിട്ടില്ല.

കഥകളി, കൂത്ത്, കൂടിയാട്ടം, ഓട്ടൻതുള്ളൽ തുടങ്ങിയ തുള്ളൽക്കാരെക്കുറിച്ചു മാത്രമേ പഠിച്ചിട്ടുള്ളൂ. ഇപ്പോ ഇവിടെ നടന്ന ഈ പറയൻതുള്ളൽ ഒരു കലാരൂപമല്ലെന്നുണ്ടോ? പാഠപുസ്തകം തയ്യാറാക്കുന്ന പണ്ഡിതന്മാർക്ക് ഈ കലാരൂപങ്ങളെക്കുറിച്ചൊന്നും വേണ്ടത്ര വിവരമില്ലെന്നു കരുതുന്നതാണ് ഉചിതമെന്നു രവിക്കു തോന്നി.

പാട്ടും കൊട്ടുമൊക്കെ നിർത്തി എല്ലാവരും വിശ്രമിക്കുകയാണ്. മുടിയാട്ടക്കാരായ സ്ത്രീജനങ്ങളെല്ലാം കിതച്ചുകൊണ്ട് അകത്തേക്കു കയറിപ്പോയി.

അടുത്തതായി എല്ലാവർക്കും ചോറ്. അവിടെ എത്തിച്ചേർന്ന് എല്ലാവരും അതിൽ പങ്കുകൊണ്ടു.

കോരന്റെ ഭാര്യ ചിരുതയും മകൾ ചീരുവും ചേർന്ന് എല്ലാവർക്കും ഭക്ഷണം വിളമ്പിക്കൊടുത്തു.

മുടികെട്ടിയാടിയവരും കൊട്ടുപാട്ടുകാരും യാത്രപറഞ്ഞ് പിരിഞ്ഞുപോയി. രണ്ടു ചെറുപ്പക്കാരാണ് കാളിയായും ദാരികനായും വേഷംകെട്ടിയതെന്ന് രവി ശ്രദ്ധിച്ചു. ചൂട്ടുകത്തിച്ചുപിടിച്ച് അതിന്റെ വെളിച്ചത്തിൽ അവർ വഴിയിലൂടെ പോകുന്നത് രവി നോക്കിനിന്നു.

അവർ സഞ്ചിയിലാക്കിക്കൊണ്ടുപോകുന്ന തുടി, മരം എന്നീ താളോപകരണങ്ങളെക്കുറിച്ചും താൻ പുസ്തകത്തിലൊന്നും പഠിച്ചിട്ടില്ലെന്ന് രവി ഓർത്തു. ചെണ്ട, മദ്ദളം, ഇലത്താളം, ഇടയ്ക്ക തുടങ്ങി വാദ്യോപകരണങ്ങളെക്കുറിച്ചു മാത്രമേ പാഠപുസ്തകത്തിൽ പഠിച്ചിട്ടുള്ളൂ. തുടി, മരം എന്നിവയെക്കുറിച്ച് ആരും അറിയേണ്ടതില്ലെന്നാണോ?

അടുത്തത് മുത്തപ്പനും ദേവിക്കും കളമിടുന്ന ചടങ്ങാണ്. ഊണു കഴിഞ്ഞുവന്ന ചക്കനും കോരനും ചേന്നനുംകൂടി മുറ്റത്ത് കളംവരച്ചു.

അരിപ്പൊടി. മഞ്ഞൾപ്പൊടി, കരിപ്പൊടി എന്നിവ ഉപയോഗിച്ച് കളം വരച്ച് അതിലെ കള്ളികളിൽ അരി വറുത്തത് തുടങ്ങിയവ നിവേദിച്ചു. നടുക്കു പന്തം കുത്തിവച്ച് കളത്തിനുചുറ്റും പായവിരിച്ചിരുന്ന് ചക്കനും ചേന്നനും അയൽപക്കത്തെ മറ്റു രണ്ടുപേരുംകൂടി മുത്തപ്പന്റെ പാട്ട് പാടാൻ തുടങ്ങി. കോരന്റെ കൈയിലുണ്ടായിരുന്ന പഴയൊരു തുടിയിൽ അയാൾ താളംപിടിച്ചു.

തിണ്ണയിൽ അമ്മയുടെ മുറിയിൽക്കിടന്ന് ഉറങ്ങിപ്പോയിരുന്ന രവി പെട്ടെന്നൊരു അലർച്ചകേട്ടാണ് ഞെട്ടിയുണർന്ന്. നോക്കിയപ്പോൾ എല്ലാവരും എഴുന്നേറ്റു നില്ക്കുന്നതുകണ്ടു.

കളത്തിനു സമീപം ചൂരൽവടി പിടിച്ച് ഉറഞ്ഞു തുള്ളുകയാണ് ചക്കൻ മന്ത്രവാദി.

"ഹും" എന്ന് അലറിക്കൊണ്ട് ചക്കൻ അരിപ്പൊടിയെടുത്ത് പന്തലിലേക്കെറിഞ്ഞ് അതിലെ തീയെ വർദ്ധിപ്പിച്ചുകൊണ്ടിരുന്നു.

"മുത്തപ്പാ. മുത്തപ്പാ." എന്നുവിളിച്ചു എല്ലാവരും ഒച്ചയിടാൻ തുടങ്ങി.

"എവിടെ... എവിടെ നമുക്കുള്ള നിവേദ്യം?" തുള്ളലിനിടെ മുത്ത

പ്പൻ ചോദിക്കുന്നു.

ചിരുത മുറ്റത്തുനിന്ന് ഒരു ചാത്തൻ കോഴിയെ പിടിച്ചുകൊണ്ടു വന്ന് കോരനെ ഏല്പിച്ചു. ഏറെനേരം വെള്ളത്തിലിട്ടിരുന്നതിനാൽ തണുത്തു വിറച്ചിരുന്ന കോഴിയെ കോരൻ ചക്കന്റെ കൈയിലേല്പിച്ചു. ചിരുത നീട്ടിപ്പിടിച്ച കത്തി കോരൻ വാങ്ങി മന്ത്രവാദിയുടെ കൈയിൽ കൊടുത്തു.

ചുറ്റും നില്ക്കുന്നവരെല്ലാം തൊഴുതുനില്ക്കേ, ചക്കൻമന്ത്രവാദി കോഴിയുടെ കഴുത്തറുത്ത് രക്തം കളത്തിലേക്കു മൂന്നാല് ആവൃത്തി വീഴിച്ചു. പിന്നെ തന്റേതല്ലാത്ത ശബ്ദത്തിൽ അലറിക്കൊണ്ട് കോഴിയുടെ കഴുത്തിൽ കടിച്ച് ചോരകുടിച്ചു. മുറിച്ചെറിഞ്ഞ കോഴിത്തല കളത്തിൽ വീണു. ചോര കുടിച്ചതിനുശേഷം ചക്കൻ ആ കോഴിയെ കളത്തിലേക്കെറിഞ്ഞു. കളത്തിൽവീണ തലയില്ലാത്ത കോഴി ചാടിത്തെറിച്ചു പിന്നെ നിശ്ചലമായി.

കോരൻ ചെന്ന് കോഴിയെയെടുത്ത് ചിരുതയെ വിളിച്ചേല്പിച്ചു.

ചിരുതയും മറ്റു സ്ത്രീകളും മുറ്റത്തുകൂട്ടിയ അടുപ്പിനടുത്തേക്ക് കോഴിയെക്കൊണ്ടുപോയി ചൂടുവെള്ളത്തിലിട്ട് അതിന്റെ തൂവൽ പറിച്ചെടുക്കാൻ തുടങ്ങി.

കളത്തിനു സമീപം പലകയിൽ കാലുംനീട്ടിയിരുന്ന ചക്കൻ മന്ത്രവാദിക്കു കള്ളും നിവേദ്യങ്ങളും സമർപ്പിച്ച് ഓരോരുത്തരായി വന്നുതൊഴുത് തങ്ങളുടെ ആവശ്യങ്ങൾ അവതരിപ്പിക്കാൻ തുടങ്ങി.

"ഈ വരുന്ന ചിങ്ങത്തില് കല്യാണം നടക്കും. നോൻ നടത്തും. എന്താ പോരേ?" ചക്കനിലൂടെ മുത്തപ്പൻ കോരനോടു ചോദിച്ചു. തന്റെ മകൾ ചീരുവിന് കല്യാണമൊന്നും നടക്കാതായതുകൊണ്ടാണ് കോരൻ മുത്തപ്പനും ദേവിക്കും ഒരു കലശമൊരുക്കിയത്.

"അതുമതി. എന്റെ കണ്ണടയുന്നതിനുമുമ്പ് മുത്തപ്പൻ അതു നടത്തിത്തന്നാ മതി." കോരൻ തൊഴുതുകൊണ്ട് പറഞ്ഞു.

"നോം കാത്തോളാം." മുത്തപ്പൻ പറഞ്ഞു.

ഓരോരുത്തരും അവരവരുടെ സങ്കടങ്ങൾ മുത്തപ്പനോടു പറയുന്ന കൂട്ടത്തിൽ ചന്ദ്രികയും ചെന്നിരുന്നു.

"ഈറ്റവെട്ടാൻ പോയിട്ട് അവരാരും വന്നില്ലല്ലേ?" മുത്തപ്പൻ ചന്ദ്രികയോടു ചോദിച്ചു.

"അതേ." അവർ പറഞ്ഞു.

"ഉം. വരും. നോൻ കൊണ്ടുവരും. പേടിക്ക്യേണ്ടട്ടോ." മുത്തപ്പൻ ചന്ദ്രികയോടു പറഞ്ഞു.

"കൊണ്ടുവന്നാ ഇതുപോലൊരു കലശം വീട്ടില് തരണം. എന്താ സമ്മതല്ലേ?" മുത്തപ്പൻ ചോദിച്ചു.

"കലശംതരാം മുത്തപ്പാ." ചന്ദ്രിക സമ്മതിച്ചു.

നിവേദ്യപ്പാത്രത്തിൽ നിന്ന് അവിലും മലരും പഴവും ഒരു പിടിയെടുത്ത് മുത്തപ്പൻ ചന്ദ്രികയ്ക്കുകൊടുത്തു സമാധാനിപ്പിച്ചു.

ഈറ്റവെട്ടാൻ രാമന്റെ കൂടെപ്പോയ പരമു, ഉണ്ണിച്ചെക്കൻ എന്നിവ

രുടെ ഭാര്യമാരും ചന്ദ്രന്റെ ഒരു സഹോദരിയും മുത്തപ്പനെ കണ്ട് ആവലാതി പറയാൻ അവിടെയെത്തിയിരുന്നു.

പ്രസാദം രവിക്കുകൊടുത്ത് ചന്ദ്രിക അവനോടു പറഞ്ഞു. "ഉറക്കമൊഴിക്കേണ്ടാ. നാളെ സ്കൂളി പോകാനുള്ളതാ."

"ഇനിയെന്താ പരിപാടി അമ്മേ?" അവൻ അമ്മയോടു ചോദിച്ചു.

"ഇനി ദേവിക്കും കരിനീലിക്കും തുള്ളും" ചന്ദ്രിക പറഞ്ഞു: "അപ്പോഴേക്കും നേരം വെളുക്കും. നമുക്കുപോകാം."

എല്ലാവരോടും യാത്രപറഞ്ഞ് അവരിറങ്ങി.

തൊട്ടടുത്ത വീടായതുകൊണ്ട് അധികം നടക്കേണ്ടല്ലോ.

വീട്ടിലെത്തി ഉറങ്ങാൻ കിടക്കുമ്പോഴും കോരനപ്പൂപ്പന്റെ വീട്ടിൽ നിന്നും കൊട്ടും തുള്ളുമ്പോൾ ചിലമ്പുന്ന ചിലങ്കയുടെ ശബ്ദവും കേട്ടു.

"മുത്തപ്പനെന്തിനെ കോഴിയെക്കൊന്ന് ചോര കുടിച്ചേ?" അവൻ അമ്മയോടു ചേർന്നുകിടന്ന് പതുക്കെച്ചോദിച്ചു.

"അതങ്ങനെയാ." ചന്ദ്രിക അത്രയേ പറഞ്ഞുള്ളൂ.

"കോഴീടെ ബാക്ക്യോ?" അവൻ വീണ്ടും ചോദിച്ചു.

"അത് എല്ലാരുംകൂടെ വേവിച്ച് കൂട്ടാൻവെച്ച് കൂട്ടും." ചന്ദ്രിക പറഞ്ഞു.

പിന്നെ രവിയെന്നും ചോദിച്ചില്ല.

ആ ചാത്തൻകോഴിയെ ഇനി ഈ പറമ്പിലൊന്നും കാണില്ലെന്ന് അവൻ ചിന്തിച്ചു. ഇനി തള്ളക്കോഴിയെയും കുഞ്ഞുങ്ങളെയും മാത്രമേ കാണാനാവൂ. ആ കോഴിക്കുഞ്ഞുങ്ങൾ അവറ്റകളുടെ അച്ഛനെ കാണാതെ വിഷമിക്കില്ലേ! ഈറ്റവെട്ടാൻ കാട്ടിൽപോയ അച്ഛനെ കാണാതെ താൻ വിഷമിക്കുന്നതുപോലെ!

എന്തായാലും മുത്തപ്പൻ അത്രയ്ക്കു ക്രൂരനാവേണ്ടിയിരുന്നില്ലെന്നു രവിക്കു തോന്നി. മുത്തപ്പനായി തുള്ളിവന്ന ചക്കൻമന്ത്രവാദിയുടെ മകൻ പരമുവും കാട്ടിലേക്കു പോയിട്ടില്ലേ, ഈറ്റവെട്ടാൻ!.

രവി എപ്പോഴോ ഉറങ്ങി.

സ്വപ്നത്തിൽ അവൻ വട്ടമുടിക്കാരനെക്കണ്ട് ഞെട്ടിയുണർന്നു.

നാവുനീട്ടിയ ഭദ്രകാളി തനിക്കുനേരെ വാളോങ്ങിക്കൊണ്ട് പാഞ്ഞുവരുന്നു. താൻ ഓടുന്നത് പാഞ്ചാലിപ്പുഴയുടെ തീരത്തേക്കാണ്. ഓട്ടത്തിനിടയിൽ വഴിയിലെ കല്ലിൽത്തട്ടി താൻ വീണു. ആർത്തട്ടഹസിച്ചുകൊണ്ട് പിന്നാലെ ഓടിവന്ന വട്ടമുടിക്കാരൻ തന്റെ കഴുത്തിലേക്കു വാളുവീശുന്നു.

രവി ഉറക്കെ കരഞ്ഞുകൊണ്ടാണ് ഉറക്കത്തിൽ നിന്നുണർന്നത്.

"എന്താ മോനേ!" ചന്ദ്രിക അവനെ തട്ടിയുണർത്തി ചോദിച്ചു.

"ഞാനൊരു സ്വപ്നംകണ്ടു." അവൻ പറഞ്ഞു.

"എന്താ കണ്ടേ?"

"ഭദ്രകാളി എന്നെ കൊല്ലാനോടിക്കുന്നു." അവൻ കിതപ്പോടെ പറഞ്ഞു.

ചന്ദ്രിക അവനെ തലോടിക്കൊണ്ടുപറഞ്ഞു. “ദേവീനെ നല്ലപോലെ വിചാരിച്ചാ മതി. ദേവി അങ്ങനെയൊന്നും ചെയ്യില്ല. നമ്മുടെ കുലദൈവാ.”

കോരനപ്പൂപ്പന്റെ വീട്ടിൽനിന്നും ഇപ്പോഴും ഒച്ചയും വിളിയും പാട്ടുമൊക്കെ കേൾക്കുന്നുണ്ട്.

അപ്പോൾ രവി ഓർത്തത് പുഴക്കരയിലെ ആലിൻചുവട്ടിൽ കണ്ട ആ മനുഷ്യനെക്കുറിച്ചായിരുന്നു.

ഇരുപതുവർഷം മുമ്പ് പുഴ നീന്തിക്കടന്ന് കിഴക്കൻ മലയിലേക്കു പോയ ആൾ.

കണ്ണൻ.

മരിച്ചു എന്ന് എല്ലാവരും കരുതിയിരിക്കുന്ന ആൾ തിരിച്ചുവന്നു എന്ന് അമ്മയോടു പറയാമെന്നു കരുതി.

“അമ്മേ.... ഞാനൊരാളെ കണ്ടു...” അവൻ പറഞ്ഞു. “ഇരുപതുവർഷം മുമ്പ് പുഴ നീന്തിപ്പോയ കണ്ണൻ എന്ന ആൾ.

“ഏയ്.” ചന്ദ്രിക അവനെ തലോടിക്കൊണ്ടുപറഞ്ഞു. “വേണ്ടാത്തതൊന്നും ചിന്തിക്കണ്ടാ. അങ്ങനെയൊരാള് ഇനി വരില്യ. കണ്ണമുത്തനും നമ്മുടെ ദൈവാ.”

കിഴക്കൻ മലയിലേക്ക് ഈറ്റവെട്ടാൻ പോയി, തിരിച്ചുവരാത്തവരെല്ലാം കുറച്ചുനാൾ കഴിഞ്ഞാൽ ദൈവമായിമാറുമോ? രവി ചിന്തിച്ചു.

അതുതന്നെയല്ലേ അയാളും തന്നോടു പറഞ്ഞത്, താൻ തിരിച്ചുവന്നെന്നു പറഞ്ഞാൽ ആരും വിശ്വസിക്കില്ലെന്ന്.

പെട്ടെന്നാണ് അവന്റെ മനസ്സിൽ മറ്റൊരു ചിന്ത ഉണർന്നത്.

കിഴക്കൻ മലയിലേക്ക് ഈറ്റ വെട്ടാൻപോയ തന്റെ അപ്പനും ഇതുവരെ തിരിച്ചുവന്നിട്ടില്ല. ഇനി തിരിച്ചുവന്നില്ലെങ്കിൽ... നാൾ കുറേക്കഴിഞ്ഞാൽ തന്റെ അപ്പനെയും ദൈവമാക്കുമോ എല്ലാവരും?

കുറിപ്പ്

1. വട്ടമ്മുടി – പറയൻതുള്ളൽ എന്ന അനുഷ്ഠാനകലയിൽ ഉപയോഗിക്കുന്ന മുടിരൂപം. ദേവീവേഷത്തിനാണ് “വട്ടമ്മുടി” കെട്ടുന്നത്.
2. മരം – പറയൻ തുള്ളലിൽ ഉപയോഗിക്കുന്ന ഒരു താളവാദ്യം.

അഞ്ച്

ചുടലയ്ക്ക് മുന്നിലായിരുന്നു ആ കൂട്ടായ്മ നടന്നത്.

കോളനിയിലെ ഒട്ടുമിക്ക വീടുകളിൽനിന്നുള്ളവർ ഒത്തുകൂടിയിരുന്നു.

സുബ്രനാണ് അവരോടു സംസാരിച്ചത്. അയാൾക്കു സമീപം രണ്ടു പാർട്ടിക്കാരും ഉണ്ടായിരുന്നു.

"ഈ ചുടലയിങ്ങനെ ഒരാളും നോക്കാനില്ലാതെ, മുടിഞ്ഞുകിടക്കുകയാണ്. ഇവിടെ ഒരു ഇലക്ട്രിക് ശ്മശാനം അനുവദിച്ചുകിട്ടുന്നതിന് ഒരു നിവേദനം കൊടുക്കണം. ആ നിവേദനത്തിൽ ഇരു സമുദായക്കാരും ഒപ്പുവയ്ക്കണം." സുബ്രൻ പറഞ്ഞുനിർത്തി.

തുടർന്ന്, കൂടെയുണ്ടായിരുന്ന പാർട്ടിക്കാരൻ സംസാരിച്ചു തുടങ്ങി.

"ലോകത്ത് നടക്കുന്ന മാറ്റങ്ങൾ നിങ്ങൾമാത്രം കണ്ടില്ലെന്നു നടിക്കരുത്. കാലംമാറി. അതിനനുസരിച്ച് ജീവിതസൗകര്യങ്ങളും മെച്ചപ്പെടുത്തണം. അങ്ങനെയൊക്കെ സംഭവിക്കണമെങ്കിൽ എല്ലാവരും ഒന്നിച്ചു നില്ക്കണം."

പറയ–പുലയ സമുദായത്തിന്റെ ഐക്യമാണ് അയാൾ ഉദ്ദേശിച്ചത്.

നേതാവ് തുടർന്നു.

"നിങ്ങളിൽ ഒരാളായ സുബ്രനെ നേതാവാക്കണം. ഞങ്ങൾ സഹകരിക്കും. ഞങ്ങളെന്നും നിങ്ങളോടൊപ്പമുണ്ടാകും."

ആ പ്രസംഗം കേട്ടുകൊണ്ടിരുന്ന കോരൻ, ചേന്നനോടു ചോദിച്ചു.
"അവർ കമ്യൂണിസ്റ്റാ?"

"അതേന്ന്." ചേന്നൻ അടക്കിപ്പിടിച്ച് പറഞ്ഞു.

കാലാകാലങ്ങളായി പറയ–പുലയ സമുദായക്കാർ ഉപയോഗിവരുന്നതാണീ ചുടല. ഒരു അതിർത്തി കെട്ടിത്തിരിച്ച് ഇരു സമുദായവും അവരവരുടെ സ്ഥലങ്ങളിൽ ജഡം മറവുചെയ്യുന്നു.

പുലയരുടെ കൂട്ടത്തിലെ ഒരു നേതാവിനെ അടുത്തുവിളിച്ച് പ്രാസംഗികൻ തുടർന്നു.

"നിങ്ങളുടെ കൂട്ടത്തിൽനിന്നും ഇയാളും ഞങ്ങടെ കൂടെ നില്ക്കട്ടെ."

സുന്ദരൻ എന്നാണ് അയാളുടെ പേര്.

അയാൾ മുന്നോട്ടുവന്നു പറഞ്ഞു.

"ഒന്നിച്ചു നില്ക്കുന്നത് നല്ലതുതന്നെ."

പാർട്ടിക്കാർ, ഇരുസമുദായത്തിൽനിന്നും സുബ്രനെയും സുന്ദരനെയും അവരുടെ നേതാക്കന്മാരായി തെരഞ്ഞെടുത്തു.

ചുടലയ്ക്കു മുൻപിൽ ഇപ്പോൾ രണ്ട് കൊടിമരമാണ്.

ഒരു വിഭാഗം അംബേദ്കറുടെ പതാകയുയർത്തുമ്പോൾ മറുവിഭാഗം അയ്യങ്കാളിയുടെ പതാകയുയർത്തുന്നു.

"ഈ വിഭിന്നത ശരിയല്ല." രാഷ്ട്രീയ നേതാവ് പറഞ്ഞു: "ഈ രണ്ടു വ്യക്തികളും താഴെക്കിടയിലുള്ളവർക്കുവേണ്ടി പോരാടിയവരാണ്."

പക്ഷേ, അത് എല്ലാവർക്കും സ്വീകാര്യമായില്ലെന്നു തോന്നി.

ഇലക്ട്രിക് ശ്മശാനം വരുന്നതിൽ എല്ലാവർക്കും താല്പര്യവുമില്ലായിരുന്നു. അതിന്റെ മുറുമുറുപ്പും കേട്ടു.

"വേണ്ടാ. വേണ്ടാ.. ഞാൻ ചത്താൻ എന്നെ ഈ ചുടലയിൽത്തന്നെ കുഴിച്ചിട്ടാ മതി." ചക്കൻ, എല്ലാവരുംകേൾക്കെ വിളിച്ചു പറഞ്ഞുകൊണ്ട് തിരിച്ചു നടന്നു.

"അതെന്നെ. എന്നേം കുഴിച്ചിട്ടാ മതി. തീ കത്തിക്കണ്ടാ."യെന്നു പറഞ്ഞ് കോരനും തിരിച്ചുനടന്നു.

പുലയസമുദായത്തിലെ ചിലരും "ഇതൊക്കെ നടപ്പാവുന്ന കാര്യമാണോ" എന്നുചോദിച്ച് നീരസത്തോടെ പിൻവാങ്ങി.

"എന്റെ കാലംകഴിഞ്ഞിട്ട് മതി ഇതൊക്കെ." എന്ന് പറഞ്ഞ് മറ്റൊരാളും എതിർപ്പ് പ്രകടിപ്പിച്ചു.

"പെട്ടെന്നൊന്നും മാറ്റം എല്ലാവർക്കും ഉൾക്കൊള്ളാൻ പറ്റില്യാ." നേതാവ് പറഞ്ഞു. "എന്തായാലും അടുത്തതലമുറയിലെ ചെറുപ്പക്കാരെങ്കിലും മാറി ചിന്തിക്കണം."

മീറ്റിങ് കഴിഞ്ഞ് എല്ലാവരും പിരിഞ്ഞുപോയി.

ചുടലയ്ക്കു മുന്നിലെ കൊടിമരത്തിനു സമീപത്തെ സ്തൂപങ്ങളിൽ അംബേദ്കറും അയ്യങ്കാളിയും പരസ്പരം നോക്കിച്ചിരിച്ചു.

ചിരിച്ചുകൊണ്ട് കണ്ണൻ, രവിയോടു പറഞ്ഞു.

"പരസ്പരം ഒന്നാവാനിടയില്ലാത്ത ഈ വിഭാഗീയത എന്നും അങ്ങനെത്തന്നെ നില്ക്കും!"

അവർ ആലിൻചുവട്ടിലിരിക്കുകയായിരുന്നു.

പാഞ്ചാലിപ്പുഴ തെളിഞ്ഞൊഴുകി.

കൊയ്ത്തുകഴിഞ്ഞ പാടംപോലെ ആകാശം ദൃശ്യമായി.

"കണ്ണമുത്തൻ ഇനിയെന്തു ചെയ്യാൻ പോകുന്നു?" രവി ആകാംഷ

യോടെ ചോദിച്ചു.

"വാ. നിനക്കു ഞാൻ ചിലതെല്ലാം കാണിച്ചുതരാം." കണ്ണൻ അവനെ ക്ഷണിച്ചു കൊണ്ട് മുൻപേ നടന്നു.

രവി, അനുസരണയോടെ അയാളുടെ പിന്നാലെ നടന്നു.

അവർ പാടവരമ്പത്തെത്തി. കണ്ണെത്താദൂരത്തോളം വ്യാപിച്ചു കിടക്കുന്ന നെൽവയൽ. രവി അവിടേക്കു ആദ്യമായി വരികയായിരുന്നു. വരമ്പത്തുനിന്ന് അവർ തെങ്ങിൻതോപ്പിലേക്കു നടന്നു. തെങ്ങിൻതോപ്പിനു സമീപത്തുകൂടെ ഒരു തോട് കണ്ണീർ വെള്ളവുമായി ഒഴുകുന്നുണ്ടായിരുന്നു.

തണലത്തിരുന്ന് കണ്ണൻ പറഞ്ഞുതുടങ്ങി.

"ഈ കണ്ടപാടത്തും പറമ്പിലും പണിയെടുത്താണ് എന്റെ അപ്പൂപ്പൻ വളർന്നത്. അന്ന് ധാരാളം പണിക്കാരുണ്ടാകും. ഇന്നത്തെപ്പോലെയല്ല, അന്ന്. ജന്മികളായിരുന്നു ഉടമകൾ.

ഈ തെങ്ങിൻതോപ്പിൽ നിരത്തി ഓരോ കുഴികുഴിക്കും."

"അതെന്തിനാ?" രവി ചോദിച്ചു.

"ആ കുഴിയിൽ ഇലവെച്ച്, അതിലാണ് പണിക്കാർക്കു കഞ്ഞി വിളമ്പുക. ആ കുഴിയിൽനിന്നും പ്ലാവില കുത്തിയതുകൊണ്ട് കഞ്ഞി കോരിക്കുടിച്ചവരാണ് നമ്മുടെ പൂർവ്വികർ. ആ പൂർവ്വികർ വളർത്തി വലുതാക്കിയതാണ് ഇക്കാണുന്ന പാടവും പറമ്പുമെല്ലാം. അങ്ങനെയുള്ള മുതുമുത്തപ്പന്മാർ പട്ടിണികിടന്നും ദീനംപിടിച്ചും മരിച്ചുവീണ പറമ്പാണ് ഇത്." കണ്ണന്റെ സ്വരം കനത്തിരുന്നു. തെങ്ങിൻ തോപ്പിന്നപ്പുറം കെട്ടിയുണ്ടാക്കിയ പഴയൊരു കുടിൽ ചൂണ്ടിക്കാട്ടി കണ്ണൻ തുടർന്നു:

"കൊയ്തും പറമ്പുകിളച്ചും വെള്ളം തേവിയും വൈകുവോളം പണിത് അവസാനം ക്ഷീണിച്ച് അന്തിയുറങ്ങുന്ന കുടിയാന്റെ മാടങ്ങളിലൊന്നാണത്."

രവി ആ മാടത്തെ നോക്കിനിന്നു.

ഓലകൾ പറന്നുപോയ ആ കുടിലിനുചുറ്റും ഗതകാലസ്മരണകളുടെ നിശ്ശബ്ദത തങ്ങിനിന്നു.

നെൽവയലിലേക്കു വിരൽചൂണ്ടി കണ്ണൻ പറഞ്ഞു:

"കാളയ്ക്കു പകരം മനുഷ്യനെ കെട്ടി ഉഴുതുമറിച്ച് നൂറുമേനി വിള കൊയ്ത പാടമാണത്.

ഓർമ്മകൾ എന്നെ മത്തു പിടിപ്പിക്കുന്നു.

ഞാൻ... ഞാനല്ലാതാവുന്നു...

ഞാനാ മാടത്തിൽച്ചെന്ന് കുറച്ചുനേരമിരിക്കട്ടെ."

കണ്ണൻ മാടത്തിലേക്കു നടന്നു.

"കണ്ണ മുത്താ." രവി വിളിച്ചു. അയാൾ വിളികേട്ടില്ല.

തോടു ചാടിക്കടന്ന്, കൈതക്കാട് വകഞ്ഞുമാറ്റി, തെങ്ങിൻതോപ്പിലെ തണലിലൂടെ കണ്ണൻ മാടത്തിലേക്കു നടന്നുപോകുന്നതു കണ്ട രവി കുറച്ചുനേരം അങ്ങനെതന്നെ നിന്നു.

അദ്ദേഹത്തിന്റെ കൂടെ പോയാലോ?

വേണ്ടാ. വീട്ടിൽ അമ്മ അന്വേഷിക്കുന്നുണ്ടാകും.

രവി വീട്ടിലേക്കു നടന്നു.

അകലെയെവിടെയോ ഒരു കൊയ്ത്തുപാട്ട് അവൻ കേട്ടു.

ആ പാട്ടിന്റെ ഈണത്തിൽ അവനുംപാടി.

താനല്ലാതെ, തന്റെ ഉള്ളിൽനിന്നും മറ്റാരോ ആണ് പാടുന്നതെന്ന് അവനുതോന്നി.

ആ ശക്തി ഇങ്ങനെ പാടിക്കൊണ്ടിരിക്കുകയാണ്.

എവിടെയോകേട്ട ഒരു നാടൻപാട്ടാണ് അവൻ പാടിയത്.

അതുകേട്ട് തിടുക്കത്തിൽ അവന്റെ അടുത്തെത്തി ചന്ദ്രിക പറഞ്ഞു: “നീയിങ്ങനെ പാടരുത്. ഈറ്റവെട്ടാൻ പോയ അപ്പനിതുവരെ വന്നിട്ടില്ല.”

അവൻ ഉമ്മറത്ത് വിളക്കുവച്ച്, നാമം ചൊല്ലാൻ തുടങ്ങി.

അപ്പനും കൂട്ടുകാരും എത്രയും പെട്ടെന്ന് തിരിച്ചുവരണേ എന്ന് ദൈവത്തോടു പ്രാർത്ഥിച്ചു.

വിളക്കിനു മുൻപിൽനിന്നും എഴുന്നേറ്റ് പാഠപുസ്തകം തുറന്ന് അവൻ ഉറക്കെ വായിക്കാനിരിക്കുമ്പോൾ ചന്ദ്രിക അടുക്കളയിൽ കഞ്ഞി വേവിച്ചു.

കിഴക്കൻ മലയിലേക്കു ഈറ്റ വെട്ടാൻ പോയവർ തിരിച്ചുവരാത്ത തിനെച്ചൊല്ലി പല കഥകളും പരക്കുന്നു.

പല കണക്കുകൂട്ടലുകളിലാണവർ.

എന്നാൽ ചന്ദ്രികയ്ക്കു നല്ല പ്രതീക്ഷയുണ്ടായിരുന്നു.

മുത്തപ്പനും പാക്കനാർദൈവവും കൂടെയുള്ളപ്പോൾ ആർക്കും അപ കടമൊന്നും തന്നെ സംഭവിക്കുകയില്ല.

ചന്ദ്രിക അവരോട് നെഞ്ചുരുകി പ്രാർത്ഥിച്ചു.

ഉറങ്ങുന്നതിനുമുമ്പ് അവൻ വായിച്ചപാഠം ചങ്ങമ്പുഴയുടെ “വാഴ ക്കുല”യിലെ ഒരു ഭാഗമായിരുന്നു.

മഴ വന്നകാലത്ത് മാടത്തിൻ മുറ്റത്ത് വാഴനട്ട പാവം മലയപ്പുല യന്റെ കഥ. വാഴകുലച്ചപ്പോൾ മലയപ്പുലയന്റെ കുട്ടികൾ വാഴയ്ക്കു ചുറ്റും ഓടിക്കളിച്ചു. വെള്ളമൊഴിച്ച് തങ്ങൾ വളർത്തി വലുതാക്കിയ വാഴ യുടെ പഴം തിന്നാനുള്ള കുട്ടികളുടെ ആഗ്രഹത്തിന്, തമ്പുരാനുവേണ്ടി യാണ് മലയപ്പുലയൻ കടിഞ്ഞാണിടുന്നത്. വാഴക്കുല വെട്ടി തമ്പുരാന് കാഴ്ചവയ്ക്കാൻ കൊണ്ടുപോകുന്ന മലയപ്പുലയന്റെ ധർമ്മസങ്കടം. കുട്ടി കളുടെ വിശപ്പുകലർന്ന കരച്ചിൽ....

രവി, കണ്ണനോടൊപ്പം താൻ സഞ്ചരിച്ച് പാടവരമ്പും തെങ്ങിൻ തോപ്പും ഓർത്തു. തെങ്ങിൻതോപ്പിനപ്പുറത്തെ മാടം ഓർത്തു. ഒരുപ ക്ഷേ, മലയപ്പുലയന്റെ മാടം അതായിരിക്കുമോ?

പായയിൽ വന്നുകിടന്ന അമ്മ, അപ്പനെയോർത്ത് തേങ്ങുന്നത് അറി ഞ്ഞെങ്കിലും മലയപ്പുലയനും കണ്ണമുത്തനും ആയിരുന്നു, അവന്റെ മന സ്സിൽ.

രവി സ്വപ്നത്തെ കാത്തുകിടന്നു.

ഉറക്കത്തിന്റെ ഏതോഘട്ടത്തിൽ സ്വപ്നംവന്ന് അവനെ തന്റെ മായികലോകത്തേക്കു കൊണ്ടുപോയി.

പുഞ്ചപ്പാടവും തെങ്ങിൻതോപ്പും കടന്ന് അവൻ മലയന്റെ മാടത്തിനടുത്തെത്തി.

തലയിൽ പാളത്തൊപ്പിവച്ച് വൃദ്ധനായ മലയപ്പുലയൻ മാടത്തിന്റെ മുറ്റത്ത് ഇരിപ്പുണ്ടായിരുന്നു.

"കുട്ടിക്കു എന്നെ മനസ്സിലായില്ലേ?" അയാൾ പറഞ്ഞു. "കുട്ടി വായിച്ച പാഠപുസ്തകത്തിലെ മലയപ്പുലയനാ ഞാൻ."

അവൻ മലയപ്പുലയനോടു ചേർന്നിരുന്നു.

മലയപ്പുലയന് കണ്ണമുത്തന്റെ മുഖമായിരുന്നു.

രവി ഉറക്കത്തിൽനിന്നും ഞെട്ടിയുണർന്നു.

എന്തൊക്കെയാണു താൻ കണ്ടത്!

ഇരുട്ടിൽ പലതും ആലോചിച്ചുകിടക്കവേ, പുറത്ത് മണികെട്ടിയ വടി നിലത്തു കുത്തിക്കൊണ്ട് ആരോ നടന്നുപോകുന്ന ശബ്ദം!

അവൻ കാതോർത്തു.

വടി നിലത്തു കുത്തുമ്പോഴുള്ള മണിക്കിലുക്കം തെക്കോട്ട് നീങ്ങിക്കൊണ്ടിരിക്കുകയാണ്.

രവിയുടെ നെഞ്ചിടിപ്പു വർദ്ധിച്ചു.

തെണ്ടന്റെ തേർവാഴ്ചയുടെ ശബ്ദമാണ് താൻ കേൾക്കുന്നത്.

ഇന്നു വെള്ളിയാഴ്ചയാണെന്നും അവൻ ഓർത്തു. തെണ്ടനും യക്ഷിയും മറുതയുമൊക്കെ പാതിരായ്ക്കു വിളയാടുന്ന നേരം.

ഉറങ്ങിക്കിടക്കുന്ന അമ്മയെ ഉണർത്താതെ രവി എഴുന്നേറ്റു.

ഇപ്പോൾ വീടിനു പുറത്തിറങ്ങിയാൽ തെണ്ടനെ കാണാം.

കദളിച്ചിറയിൽ നീരാടാൻ പോകുന്ന യക്ഷിയേയും മറുതയേയും കാണാം. വീടിന്റെ തെക്കേ ദിക്കിലാണ് തെണ്ടന്റെ വടികിലുക്കം കേൾക്കുന്നത്. രവി ഒച്ചയുണ്ടാക്കാതെ വാതിൽതുറന്ന് പുറത്തിറങ്ങി.

മുറ്റത്തെ കട്ടിപിടിച്ച ഇരുട്ടത്ത്, വീടിന്റെ തെക്കേപ്പുറത്തേക്കു നോക്കിയ രവി അതുകണ്ടു.

ആകാശത്തോളം വലിപ്പമുള്ള ഒരാൾ...!

വീടിനു മീതെക്കൂടി കാൽ കവച്ചുവച്ച് വലിയൊരു വടിയും കുത്തി നില്ക്കുന്നു!

തെണ്ടൻ! തന്റെ തീക്കട്ടപോലുള്ള കണ്ണുരുട്ടി അവനെ നോക്കിനില്ക്കുന്നു!

ആറ്

വെളുപ്പിന് ഉറക്കമെഴുന്നേറ്റു നോക്കിയ ചന്ദ്രിക, മകനെ കാണാതെ അമ്പരപ്പോടെ പുറത്തിറങ്ങിയപ്പോഴാണ് മുറ്റത്തു കിടക്കുന്ന രവിയെ കണ്ടത്.

ഉറക്കെവിളിച്ചിട്ടും എഴുന്നേല്ക്കാതായപ്പോൾ മുഖത്ത് വെള്ളം തളിച്ചു ചന്ദ്രിക.

"എന്താടാ മോനേ... നിനക്കു പറ്റിയേ? നീയെങ്ങനെയാ മുറ്റത്തെത്തിയേ?"

രവി കണ്ണുതുറന്നതല്ലാതെ മറുപടിയൊന്നും പറഞ്ഞില്ല.

ചന്ദ്രികയുടെ ഒച്ചകേട്ട് അയൽപക്കത്തെ ചിരുത ഉണരുകയും കോരനെ വിളിച്ചുണർത്തി മകൾ ചീരുവിനോടൊപ്പം വിളിക്കു കത്തിച്ചു പിടിച്ച് ഓടിയെത്തുകയും ചെയ്തു.

കോരനും ചന്ദ്രികയുംകൂടി അവനെ താങ്ങിപ്പിടിച്ച് ഇറയത്തുകിടത്തി.

"വല്ലതും കണ്ട് പേടിച്ചതാണോ?" ചിരുത, ചന്ദ്രികയോടു ചോദിച്ചു.

"അറിയില്ല. ചിലപ്പോ മൂത്രമൊഴിക്കാൻ എഴുന്നേറ്റതാവും." അവൾ പേടിയോടെ പറഞ്ഞു.

"രവീ– രവീയെന്നു എല്ലാവരും വിളിച്ചു.

പുഴക്കക്കരെയുള്ള അമ്പലത്തിൽ നിന്നും പാട്ടുകേട്ടു.

അഞ്ചുമണിയായിരിക്കുന്നു.

രവിയെ കുലുക്കിവിളിച്ച് കോരനും ചന്ദ്രികയും പലതും ചോദിച്ചെങ്കിലും അവൻ അതൊന്നും കേട്ടില്ല.

അവൻ ആ മാടത്തിന്റെ മുറ്റത്തായിരുന്നു.

കദളിവാഴത്തൈക്കു വെള്ളം ഒഴിച്ചുകൊണ്ടിരിക്കുന്ന മലയപ്പുലയനോട് അവൻ സംസാരിക്കുകയായിരുന്നു.

"ഒക്കെ പഴങ്കഥയായി എല്ലാവർക്കും തോന്നും." മലയപ്പുലയൻ അവനോടു പറഞ്ഞു. "പക്ഷേ,... നീയെങ്കിലും എന്നെത്തേടി വന്നല്ലോ. മിടുക്കൻ."

"വാ." അയാൾ അവനെ മാടത്തിന്റെ അകത്തേക്കു കൊണ്ടുപോയി.

അവിടെ ഒരറ്റത്ത് ചാണകംമെഴുകിയ മൂലയിൽ അടുപ്പ് കൂട്ടിയിരിക്കുന്നതിനടുത്ത് അവനെ ഇരുത്തി.

"നിനക്ക് ഞാൻ കുറേ കഥകൾ പറഞ്ഞുതരാം." മലയപ്പുലയൻ അവനോടു പറഞ്ഞു.

"ശരി... ശരി." അവൻ ആ മനുഷ്യനു സമീപം ചടഞ്ഞുകൂടിയിരുന്നു. അവൻ ചിരിച്ചുകൊണ്ടുപറഞ്ഞു.

"കഥ പറയ്... ഞാൻ കഥ കേട്ടിട്ടേ പോകുന്നുള്ളൂ..."

അതുകേട്ട കോരനും ചന്ദ്രികയും മുഖത്തോടുമുഖം നോക്കി.

"ഈ കുട്ടി ഇതെന്തൊക്കെയാ വിളിച്ചു പറയുന്നേ!"

ചന്ദ്രിക അവന്റെ ഇരു കവിളിലും തട്ടിവിളിച്ചു. "മോനേ... രവീ..."

അവൻ ഒന്നുമൂളി.

കണ്ണുകൾ പാതിതുറന്നെങ്കിലും ദൃഷ്ടി മറ്റെവിടെയോ ആണെന്ന് അവർക്കു മനസ്സിലായി.

ചിരുത അകത്തേക്കുപോയി. ഒരു മൊന്തയിൽ വെള്ളമെടുത്തു കൊണ്ടുവന്ന് അവന്റെ മുഖത്തേക്കു തളിച്ചു.

"ഇങ്ങോട്ടു നോക്കെടാ മോനേ..." ചിരുത ആവലാതിയോടെ പറഞ്ഞു.

കോരന്റെ മനസ്സ് ചിന്തിച്ചത് വേറൊരു തരത്തിലാണ്.

ഏതെങ്കിലും ബാധ കയറിയതാവം. വെള്ളിയാഴ്ചയല്ലേ.

അയാൾ തന്റെ നെഞ്ചിൽ കൈകൾവച്ച് പ്രാർത്ഥിച്ച് രവിയുടെ ശിരസ്സ് വച്ചു.

"ഏതു ബാധയാണേലും ഇനി കാണരുത്. പൊക്കോണം. പോവില്ലേ?" കോരൻ ഉറക്കെ ചോദിച്ചു.

തന്റെ ഓലക്കുടിലിനു മീതേക്കൂടി കാൽനീട്ടിവച്ച് സഞ്ചരിക്കുന്ന, ആകാശത്തോളം ഉയരമുള്ള തെണ്ടനോട് രവി പറഞ്ഞു:

"ഇല്ല. ഞാൻ കാണാനായി വന്നതാ."

"എന്നെക്കണ്ടിട്ട് നിനക്കെന്തു കാര്യം?" നടത്തം നിർത്തി തിരിഞ്ഞുനിന്ന് തെണ്ടൻ ഇടിമുഴങ്ങുന്ന ശബ്ദത്തിൽ ചോദിച്ചു.

"ഇതുവരെ എല്ലാവരും പറഞ്ഞുകേട്ടിട്ടേയുള്ളൂ. കാണാൻ ഒരുപാട് ആഗ്രഹിച്ചു. ഇന്നാണ് അതിനു കഴിഞ്ഞത്." മുകളിലേക്കു, തെണ്ടന്റെ മുഖത്തേക്കുനോക്കി രവി പറഞ്ഞു.

തലയിലൊരു ചുവന്ന തുണി കെട്ടിയിരുന്ന തെണ്ടൻ ദേഹമാസകലം പ്രകാശം ചൊരിഞ്ഞു. ഭൂമിയിൽ മുട്ടുന്ന ഒരു വടിയും തെണ്ടന്റെ കൈയിലുണ്ടായിരുന്നു.

തെണ്ടൻ നിഷേധാർത്ഥത്തിൽ തലയാട്ടിക്കൊണ്ട് അവനോടു പറഞ്ഞു.

“ഇല്ല. ഇനിയും എനിക്കിവിടെ നില്ക്കാനാവില്ല. കദളിച്ചിറയിൽ പോയി നീരാടണം.”

അതുപറഞ്ഞതും തെണ്ടൻ അപ്രത്യക്ഷമായി. വലിയൊരു പ്രകാശം അന്തരീക്ഷത്തിൽ മിന്നിമാഞ്ഞു.

“തെണ്ടൻ... തെണ്ടൻ പോയി.” രവിയുടെ അധരങ്ങൾ പിറുപിറുത്തു.

“തെണ്ടൻ” എന്ന വാക്കുകേട്ടതും എല്ലാവരും വീണ്ടും പേടിച്ചു.

“അപ്പോ. തെണ്ടൻ തല്ലിയതാ.” കോരൻ പിറുപിറുത്തു.

“ന്റെ മോനേ..” ചന്ദ്രിക രവിയെ തന്റെ മാറോടു ചേർത്തുപിടിച്ച് പൊട്ടിക്കരഞ്ഞു.

“എന്തിനാടാ മോനേ നീയെന്നോടു പറയാതെ ഒറ്റയ്ക്കു പുറത്തിറങ്ങിയേ...” ചന്ദ്രിക കരയാൻ തുടങ്ങി. “ഈ കുടുംബത്തിന് എന്തൊരു ദോഷം വന്നുഭവിച്ചു.” ഈറ്റ വെട്ടാൻപോയ നിന്റപ്പനിതുവരെ വന്നില്ലല്ലോ. മോനേ. നിനക്കും ഇപ്പോ എന്താടാ പറ്റിയേ...”

പുഴയ്ക്കക്കരെയുള്ള വിഷ്ണുക്ഷേത്രത്തിൽ നിന്നും പ്രഭാത ഗീതങ്ങൾ കേൾക്കുന്നുണ്ട്.

“നേരം വെളുക്കട്ടെ.” കോരൻ, ചിരുതയോടു പറഞ്ഞു. “ചക്കനെ കൊണ്ടുവന്ന് ഒന്ന് ഊതിക്കാം.”

“നിങ്ങളെന്താ ഈ പറേന്നെ? കുട്ടിക്കു ബോധം വന്നിട്ടില്ല. അതിനെന്തെങ്കിലും മാർഗ്ഗം നോക്ക്...” ചിരുത, ഭർത്താവിനോടു പറഞ്ഞു.

ചന്ദ്രിക, അവനെ കുലുക്കിവിളിച്ചെങ്കിലും അവൻ കണ്ണുതുറക്കുകയും മൂളുകയുമല്ലാതെ ഒന്നും ചെയ്തില്ല.

ആ വീട്ടിലെ ഒച്ചയും ബഹളവുംകേട്ട് തൊട്ടപ്പുറത്തെ ചേന്നൻ ഓടിവന്നു.

“കുട്ടീനെ തെണ്ടൻ തല്ലീന്നാ തോന്നണേ. ആ ചക്കനെ ഒന്നു വിളിച്ചോണ്ടുവാ.” കോരൻ ചേന്നനോടു പറഞ്ഞു.

ചേന്നൻ അതുകേട്ട് ചക്കൻ മന്ത്രവാദിയുടെ വീട്ടിലേക്കോടി.

ഈറ്റവെട്ടാൻ പോയ മകൻ പരമുവിനെ കാത്ത് വിഷമിച്ചിരിക്കുകയായിരുന്ന ചക്കന്റെ ഭാര്യയോടു പറഞ്ഞ്, ചക്കനെ വിളിച്ചെഴുന്നേല്പിച്ചു.

കോടിയിൽ വച്ചിരുന്ന ചൂരലെടുത്ത് ചക്കൻ ചേന്നന്റെ പിന്നിലായി നടന്നു.

രവി അല്പനേരം സുബോധത്തോടെ ഇരുന്നെങ്കിലും വീണ്ടും അവന്റെ ഓർമ്മ മറഞ്ഞു.

“തെണ്ടൻ തല്ലി”യതെന്നു കേട്ട ചക്കൻ അമ്പരന്നുപോയി.

ഈയൊരു ചെറിയ കുട്ടിയെ തെണ്ടൻ തല്ലേണ്ട ആവശ്യകതയെന്ത്?

ചത്തുപോവാഞ്ഞതു ഭാഗ്യം.

തെണ്ടന്റെ ബാധ അങ്ങനെ പെട്ടെന്നൊന്നും ശരീരത്തിൽനിന്നൊഴിയില്ല.

ചക്കൻ, രവിയുടെ മുഖത്തേക്കു ശക്തിയായി വെള്ളം തളിച്ചു പറഞ്ഞു: "ആരാണെന്നു ഞങ്ങൾക്കു മനസ്സിലായി. ഈ കുട്ടീടെ ദേഹത്തുനിന്ന് വേഗം പൊയ്ക്കോ. ഇനിയാരും യാത്ര തടസ്സപ്പെടുത്തില്ല!

"ചൊവ്വയും വെള്ളിയും അസമയത്ത് ആരും പുറത്തിറങ്ങരുതെന്ന് പറഞ്ഞാ കേക്കില്യ." ചക്കൻ പിറുപിറുത്തു.

ചിരുതയും മകൾ ചീരുവും മുഖത്തോടു മുഖം നോക്കി ഭയത്തോടെ നിന്നു.

"എന്റെ ഉണ്ണിയെ തിരിച്ചുതരണേ..." ചന്ദ്രിക ഉറക്കെ കരയാൻ തുടങ്ങി.

"ഒച്ച വയ്ക്കാതിരി പെണ്ണേ." കോരൻ ദേഷ്യപ്പെട്ടു. "അവനിപ്പോ ഉണരും."

"ഒരു തിരികൊണ്ടുവാ." ചക്കൻ, ചിരുതയോടു പറഞ്ഞു.

"ആ ചായ്പിലിരിപ്പുണ്ട്." ചന്ദ്രിക തിരിയിരിക്കുന്ന സ്ഥലം പറഞ്ഞു കൊടുത്തു.

ചിരുത അകത്തുപോയി തിരിയെടുത്തുകൊണ്ടുവന്ന് ചക്കന്റെ കൈയിൽ കൊടുത്തു.

ചക്കൻ തിരികത്തിച്ച് രവിയുടെ മുഖത്തിനു ചുറ്റും മൂന്നുവട്ടം ഉഴിഞ്ഞു.

"എന്റെ അപ്പനപ്പൂപ്പന്മാരേ... മുത്തപ്പാ... പറകാളീ... പറനീലി.. കാത്തോളണംട്ടോ...!" എന്നിട്ട് ബാധയോടു ആവശ്യപ്പെട്ടു.

"ഈ ദേഹത്ത്ന്ന് പെട്ടെന്ന് പൊക്കോ... എന്നെ മനസ്സിലായോ?" ചക്കൻ ബാധയോട് ആക്രോശിച്ചു.

"എനിക്കറിയില്ല" കദളിച്ചിറയുടെ കല്പടവുകളിൽ നീരാടാൻ ഇറങ്ങുന്ന സുന്ദരിയായ സ്ത്രീയോട് രവി പറഞ്ഞു.

സെറ്റുമുണ്ട് മാറോളം ഉയർത്തിക്കുത്തി നീരാട്ടിനിറങ്ങാൻ തയ്യാറായി നില്ക്കുന്ന ആ സ്ത്രീ, ഞങ്ങളെ മനസ്സിലായോ എന്ന് അവനോടു ചോദിച്ചതിനു മറുപടിയായി അവൻ പറഞ്ഞതാണ്.

ആകാശത്ത് പൂർണ്ണചന്ദ്രൻ തെളിഞ്ഞു നില്ക്കുന്നു.

കദളിച്ചിറയിൽ ധാരാളം സ്ത്രീകൾ വെള്ളത്തിൽ കൈകാലിട്ടടിച്ചും ഊളിയിട്ടും പലതുംപറഞ്ഞ് പൊട്ടിച്ചിരിച്ചും നീരാടുകയാണ്.

തെണ്ടന്റെ കൈയിലുണ്ടായിരുന്ന പന്തത്തിന്റെ വെളിച്ചം പിൻതുടർന്ന് കദളിച്ചിറയിലെത്തിയതാണ് രവി.

കൂട്ടമായിവന്ന സ്ത്രീകളിൽ അവസാനത്തെ അവൾ കുളിക്കാനിറങ്ങുമ്പോഴാണ് തങ്ങളെ നോക്കിനില്ക്കുന്ന രവിയെ കണ്ടത്.

തെണ്ടനോടൊപ്പം യക്ഷികളും പ്രേതങ്ങളുമൊക്കെ പാതിരാത്രിയിൽ കദളിച്ചിറയിൽ നീരാട്ടിനെത്തുമെന്ന് അവൻ കേട്ടിട്ടുണ്ട്.

ഇന്ന്, ഏതോ ഒരദൃശ്യശക്തിയുടെ ധൈര്യത്താൽ, തെണ്ടന്റെ വെളി

ച്ചത്തെ പിൻതുടർന്ന് ഇവിടെയെത്തി.

അല്പംപോലും ഭയമില്ലാതെ രവി നിന്നു.

വാലിട്ടു കണ്ണെഴുതിയ പിന്നിൽ പാദങ്ങളോളം നീണ്ട മുടിയുള്ള സുന്ദരിയായ അവൾ അവനോടു പറഞ്ഞു:

"ഞങ്ങൾ യക്ഷികളാ.. വെള്ളിയാഴ്ച ദിവസം രാത്രി ഇവിടെ നീരാടാൻ വരും. ഞങ്ങളെ കണ്ടുമുട്ടുന്ന ആരും തിരിച്ചുപോകാറില്ല."

അവനു കേൾക്കാൻവിധം കുലുങ്ങിച്ചിരിച്ചുകൊണ്ട് അവൾ ചോദിച്ചു:

"ഞങ്ങളെ നീ കണ്ടു. ഞങ്ങളുടെ കൂടെ കൂടുന്നോ?"

കദളിച്ചിറയിൽ നീരാടുന്ന സ്ത്രീകളിലേക്ക് ചന്ദ്രൻ പ്രഭ ചൊരിഞ്ഞു.

അവരുടേത് മായികമായ സൗന്ദര്യമായിരുന്നു.

യക്ഷി അവനെ കൈകാട്ടി വിളിച്ചു:

"കുട്ടീ വരൂ... ഞങ്ങളുടെ കൂട്ടത്തിലേക്കു വരൂ... നമുക്കു കൂട്ടുകൂടി നീന്തിക്കളിക്കാം..."

അവൾ കൈക്കൊട്ടിച്ചിരിക്കുന്നു.

"വേണ്ടാ... ഞാൻ പൊക്കോളാം. യക്ഷിയമ്മേ ഞാൻ പൊക്കോളാം."

രവിയുടെ വിറയാർന്ന ചുണ്ടുകൾ പിറുപിറുത്തു.

"യക്ഷിയമ്മേ ഞാൻ പൊക്കോളാം."

അതുകേട്ട് ഞെട്ടലോടെ ചക്കൻ, കോരനെയും ചേന്നനെയും നോക്കി. ചന്ദ്രികയും ചിരുതയും ചീരുവും ആ വാക്കുകൾകേട്ട് വിറച്ചു പോയി.

യക്ഷി!

രവിയുടെ മുഖത്തേക്കു തിരിനീട്ടി ഉഴിഞ്ഞുകൊണ്ടിരുന്ന ചക്കൻ തിരിയുഴിച്ചിൽ നിർത്തി കോരനെ നോക്കിയിട്ടു പറഞ്ഞു:

"നേർത്തേ തെണ്ടൻന്ന് പറഞ്ഞു. ഇപ്പോ യക്ഷീന്നും. ഇത് ഒരെണ്ണല്ലാട്ടാ..."

കൈയിലിരുന്ന തിരി മുറ്റത്തേക്കെറിഞ്ഞ് ചക്കൻ ചൂരലെടുത്ത് വിറയ്ക്കാൻ തുടങ്ങി.

വിറച്ചുവിറച്ച് നിന്നനില്പിൽ തുള്ളാനാരംഭിച്ചു.

ചന്ദ്രിക, തന്റെ മകനെ മാറോടു ചേർത്തുപിടിച്ചു കരഞ്ഞു.

ചക്കൻ തുള്ളിക്കൊണ്ട് ചൂരൽവീശി. വീടിനുചുറ്റും മുന്നാവൃത്തി വലംവച്ചുവന്നു, ചന്ദ്രികയോട് എഴുന്നേല്ക്കാൻ പറഞ്ഞു.

ബോധമില്ലാതെ പലതും പിറുപിറുത്തുകൊണ്ടിരുന്ന രവിയെ ഇറയത്തുകിടത്തി ചൂരൽകൊണ്ട് അവന്റെ ദേഹം അടിമുടി ഉഴിഞ്ഞ് ചക്കൻ ചോദിച്ചു.

"തെണ്ടനായാലും യക്ഷിയായാലും ഇറങ്ങിപ്പോവില്ലേ?" ചക്കന്റെ സ്വരം അലർച്ചയായിരുന്നു.

"എനിക്കു പോകാൻ തോന്നുന്നില്ല, മലയപ്പുലയ" രവി, തന്നെ യാത്രയാക്കുന്ന മലയപ്പുലയനോടു പറഞ്ഞു.

മലയപ്പുലയന്റെ മാടത്തിന്റെ മുറ്റത്ത് ഒരു കദളിവാഴ കുലച്ചുനിന്നു.

തലയിൽ പാളത്തൊപ്പിവച്ച് മലയൻ, തന്റെ മാടത്തിന്നു വെളിയിൽ വന്ന് അവനോടു പറഞ്ഞു:

"ഇപ്പോ പൊയ്ക്കോ കുഞ്ഞേ.... വീട്ടിലുള്ളവരെല്ലാം അന്വേഷിക്കുന്നുണ്ടാകും... മലയപ്പുലയൻ ഇവിടെത്തന്നെ കാണും... ഒഴിവുകിട്ടുമ്പോ കുട്ടിയിങ്ങോട്ടു വാ....

മലയപ്പുലയൻ കഥകൾ പറയാം.

പഴമ്പാട്ടുകൾ പാടിത്തരാം.

അയിത്തജാതിക്കാരുടെ കഥകൾ പറഞ്ഞുതരാം.

ഇപ്പൊ കുട്ടി പൊയ്ക്കോളൂ.

ആ തെങ്ങിൻതോപ്പുവരെ മലയപ്പുലയൻ കൂട്ടുവരാം."

മനസ്സില്ലാ മനസ്സോടെയാണ് അവൻ മലയപ്പുലയനോടു യാത്ര പറഞ്ഞത്.

"മലയപ്പുലയൻ!" അവന്റെ ചുണ്ടുകൾ മന്ത്രിച്ചു.

അതു കാതോർത്തുനിന്ന ചക്കൻ മന്ത്രവാദി, ഒരെത്തുംപിടിയും കിട്ടാതെ തുള്ളലിന്റെ തീവ്രതകൂടി.

രവി പറഞ്ഞുകൊണ്ടിരുന്നു:

"മലയപ്പുലയൻ."

താനിതുവരെ കേൾക്കാത്ത പേരാണ് അതെന്ന് ചക്കൻ ചിന്തിച്ചു. ആരാ ഈ പുതിയ പ്രേതം?

ആദ്യം തെണ്ടൻ... പിന്നെ യക്ഷി... ഇപ്പോ മലയപ്പുലയൻ.

ചക്കനു കലി കയറി.

തെണ്ടന്റെ ബാധയെ മാറ്റാം.

യക്ഷിബാധയേയും മാറ്റാം.

ഈ മലയപ്പുലയന്റെ ബാധയെ മാത്രം മാറ്റാൻ തനിക്കറിയില്ല.

എങ്കിലും ചക്കൻ ചൂരൽവീശിക്കൊണ്ട് അലറി.

"ഏതു മലയപ്പുലയനായാലും വേണ്ടില്ല. ഈ ദേഹംവിട്ട് ഇപ്പോ പൊക്കോണം.

അല്ലെങ്കി, ഈ ചക്കന്റെ തനിസ്വഭാവം അറിയും."

ഏഴ്

സുബ്രന്റെ നേതൃത്വത്തിൽ രണ്ടു പാർട്ടിക്കാരോടുകൂടിയാണ് പൊലീസ് സ്റ്റേഷനിൽ പരാതികൊടുക്കാൻ പോയത്.

രാമൻ, പരമു, ചന്ദ്രൻ, ഉണ്ണിച്ചെക്കൻ എന്നീ നാലുപേർ കിഴക്കന്മലയിലേക്കു ഈറ്റവെട്ടാൻ പോയി ഒരാഴ്ചയായിട്ടും തിരിച്ചുവന്നിട്ടില്ല.

വെറുതെ കാത്തിരിക്കുന്നതിൽ കഥയില്ല.

അവർക്ക് എന്തെങ്കിലും സംഭവിച്ചാൽ എന്തുകൊണ്ടു നേരത്തെ പരാതിപ്പെട്ടില്ല എന്നു പൊലീസ് ചോദിക്കും.

അതുപോലൊരു പരാതി ഫോറസ്റ്റ് ആഫീസിലും കൊടുക്കാൻ പൊലീസ് നിർദ്ദേശിച്ചു.

കിഴക്കൻ മലയിലെ ഈറ്റയെ മാത്രം ആശ്രയിച്ചുകഴിയുന്ന കുടുംബങ്ങൾ പട്ടിണിയിലാവുകയാണ്.

മുള വെട്ടിക്കൊണ്ടുവന്ന് കുട്ടയും മുറവും നെയ്താണ് ഇപ്പോൾ അവരെല്ലാം കഴിയുന്നത്.

പല കഥകളാണ്, തിരിച്ചുവരാത്തവരെപ്പറ്റി ആളുകൾ മെനഞ്ഞെടുക്കുന്നത്.

ആന, പുലി, കടുവ തുടങ്ങിയ വന്യജീവികൾ ധാരാളമുള്ളതാണ് കിഴക്കൻമല.

ഈറ്റവെട്ടാൻ പോകുന്ന പലരും ഈറ്റക്കാട്ടിൽ വച്ച് കാട്ടാനയുടെ ആക്രമണത്തിനിരയായിട്ടുണ്ട്. പുലിയുടെയും കരടിയുടെയുമൊക്കെ മുൻപിൽ പലവട്ടം ചെന്നുപെട്ടിട്ടുണ്ട്. അത്തരം അപകടങ്ങളെയൊക്കെ തരണംചെയ്ത് ഈറ്റവെട്ടിക്കൊണ്ടുവന്ന് ചങ്ങാടത്തിൽ കെട്ടി പാഞ്ചാലിപ്പുഴ കുറുകെ കടന്നാണ് അവരെല്ലാം തിരിച്ചെത്തിയിട്ടുള്ളത്.

തങ്ങളുടെ കൊട്ടിലിലും പേരാലിൻചുവട്ടിലെ പാക്കനാർ ദൈവ

ത്തിനുമുന്നിലും വിളക്കുവച്ച് കേളനിയിലെ ഓരോ കുടുംബക്കാരും അവർക്കുവേണ്ടി പ്രാർത്ഥിച്ചു.

സ്കൂളിൽ പോകുന്നതിനു മുൻപ് ലീല, വീടിന്റെ കോടിയിലേക്കു നോക്കി തൊഴുതു. കോടിയിലാണ് മുത്തപ്പാപ്പന്റെ പ്രേതത്തെ ഒരു ഉരുളൻ കല്ലിൽ ആവാഹിച്ചുവെച്ചിരിക്കുന്നത്.

"മുത്തപ്പാപ്പാ, ഈറ്റവെട്ടാൻ പോയവർ ഒരപകടവും കൂടാതെ തിരിച്ചുവരണേ." അവൾ പ്രാർത്ഥിച്ചു.

മരിക്കുന്നതിനുമുൻപ് തന്റെ ചെവിയിൽ രക്ഷാമന്ത്രം ഊരുവിട്ടു തന്നെ മുത്തപ്പാപ്പനെ അവൾക്കു നല്ല വിശ്വാസമാണ്.

കോടിയിൽ നോക്കി തൊഴുതതിനുശേഷം ചായ്പിൽനിന്നും പുറത്തേക്കുവരുന്നതിനിടെ പെട്ടെന്നൊരു ഉള്ളാന്തൽ അവൾക്കുണ്ടായി. ദേഹമാസകലം ഒരുവേദനയും.

അവൾ വാതിലിൽ പിടിച്ചുനിന്ന് ഉറക്കെ വിളിച്ചു:

"അമ്മേ... അമ്മേ.."

ശബ്ദംകേട്ട് "എന്താ മോളേ." എന്നു ചോദിച്ച് അമ്മ അപ്പുറത്തേക്കോടിയെത്തി. ഉണ്ണിച്ചെക്കനപ്പൂപ്പൻ അപ്പുറത്തിരുന്ന് കാതോർത്തു.

കോരൻ തൊപ്പിക്കുട നെയ്തു. മഴക്കാലമായതിനാൽ തൊപ്പിക്കുടയ്ക്കു നല്ലപോലെ ആവശ്യക്കാരുണ്ട്. പാടത്തു പണിക്കുപോകുന്നവർക്കെല്ലാം തൊപ്പിക്കുടയാണ് സൗകര്യം. തലയിൽ തൊപ്പിക്കുട വച്ചാൽ മഴ കൊള്ളാതെ പുല്ലരിയാനും കൊയ്യാനും പറമ്പിൽ പണിയെടുക്കാനും പറ്റും.

അയൽപക്കത്തെ ചേന്നൻ വന്നിരുന്ന് പല നാട്ടുവർത്തമാനങ്ങളും പറയുന്നു. ഒരു തോർച്ചപോലും ഇല്ലാതെ മഴയിങ്ങനെ പെയ്തുകൊണ്ടിരിക്കുകയാണ്.

"നാലു തൊപ്പിക്കുടേം ഒരു പറക്കുട്ടേം നമ്പൂരാരുടെ ഇല്ലത്തേക്കു വേണം." കോരൻ ചേന്നനോടു പറഞ്ഞു. "ഈറ്റയാണെങ്കി കിട്ടാനില്ല. കൊണ്ടുവന്ന മുളയും കഴിഞ്ഞു."

പുഴക്കരയോടു ചേർന്നാണ് മാധവൻ നമ്പൂതിരിയുടെ ഇല്ലം.

തൊട്ടടുത്തുതന്നെയാണ്. ഇല്ലം വക വിഷ്ണുക്ഷേത്രവും.

മാധവൻ നമ്പൂതിരിയുടെ പൂർവ്വികരായിട്ട് ആരോടും ജാതിഭേദം കാണിച്ചിട്ടില്ല.

കുട്ടയും മുറവുമൊക്കെ കൊണ്ടുചെന്നാൽ അടുക്കളപ്പുറത്തിരുത്തി കഞ്ഞി തന്നിട്ടേവിടൂ. അക്കരെവരെ വ്യാപിച്ചുകിടക്കുന്ന പാടവും പറമ്പുമൊക്കെ അവരുടേതാണ്.

എല്ലാ ജാതിക്കാർക്കും വന്ന് തൊഴാനുള്ള സ്വാതന്ത്ര്യം അവരുടെ വിഷ്ണുക്ഷേത്രത്തിലുമുണ്ടായിരുന്നു. വിഷ്ണുവിനെക്കൂടാതെ ഉപദേവതയായിട്ട് ഭദ്രകാളിയെയും ആ ക്ഷേത്രത്തിൽ പ്രതിഷ്ഠിച്ചിരുന്നു.

മാധവൻ നമ്പൂതിരിയുടെ അച്ഛൻ ആദ്യകാല കമ്യൂണിസ്റ്റായിരുന്നെന്ന് എല്ലാവരും കേട്ടിട്ടുണ്ട്. കുടിയാന്മാരായിരുന്ന പല പുലയ സമു

ദായക്കാർക്കും കുടികിടപ്പവകാശം എന്ന പേരിൽ കുറേഭൂമി എഴുതിക്കൊടുത്തു ആ മഹാൻ. കുറേക്കാലം കഴിഞ്ഞപ്പോൾ എങ്ങോട്ടോ നാടുവിട്ടു. പാടവും പറമ്പുമൊക്കെ കുറേ അന്യാധീനപ്പെട്ടുവെങ്കിലും മാധവൻനമ്പൂതിരി ആശ്രിതരായ പണിക്കാരോട് എന്നും സ്നേഹത്തോടെ മാത്രമേ പെരുമാറിയിട്ടുള്ളൂ. അതുകൊണ്ടുതന്നെയാണ്. മഴക്കാലമായപ്പോൾ പണിക്കാർക്കുവേണ്ടി തൊപ്പിക്കുട പണിതുതരാൻ കോരനോടു ആവശ്യപ്പെട്ടത്.

തൊപ്പിക്കുടയും പറക്കൊട്ടയും കൂട്ടിക്കെട്ടി തോളിൽവച്ച് ഇല്ലത്തിന്റെ അടുക്കളപ്പുറത്തു വന്നുനിന്ന കോരനോട് അന്തർജ്ജനം, ഉമ്മറത്തേക്കുചെന്ന് നമ്പൂതിരിയെ കാണാൻ പറഞ്ഞു.

പൂമുഖത്തെ ചാരുകസേരയിൽ പലതും ആലോചിച്ച് ചാരിക്കിടക്കുകയായിരുന്ന നമ്പൂതിരി, കോരനെക്കണ്ട് അങ്ങോട്ടു കൈകാട്ടി വിളിച്ചു.

കോരൻ ചെന്ന് നടുമുറ്റത്തുതന്നെനിന്നു.

"ഇവിടെയിരി" എന്നു നമ്പൂതിരി നിർബ്ബന്ധിച്ചപ്പോൾ കോരൻ ചെന്ന് ഇറയത്തിരുന്നു.

"പ്രധാനപ്പെട്ടൊരു കാര്യം പറയാനുണ്ട്." നമ്പൂതിരി തുടങ്ങിവച്ചു.

"എന്താണാവോ?" കോരൻ ഭവ്യതയോടെ ചോദിച്ചു.

"നമ്മുടെ ക്ഷേത്രത്തിൽ ഉപദേവതയായി ഒരു ഭദ്രകാളീ പ്രതിഷ്ഠ ഉള്ളതായി അറിയില്ലേ." നമ്പൂതിരി ചോദിച്ചു.

"ഉവ്വ് തമ്പ്രാനേ." കോരൻ വിനയത്തോടെ പറഞ്ഞു.

"ക്ഷേത്രത്തിന്റെ പുനരുദ്ധാരണത്തിന്റെ ഭാഗമായി അഷ്ടമംഗല്യപ്രശ്നം വെച്ചപ്പോ. ദേവിക്കു പാക്കനാരുടെ കൊട്ടും കളിയും വേണമെന്നാ കണ്ടത്. കാളീന്ന് വച്ചാ സാക്ഷാൽ കൊടുങ്ങല്ലൂരമ്മതന്നെയെന്ന് അറിയാലോ." നമ്പൂതിരി ഒന്നു നിർത്തിയിട്ടു കോരനെ നോക്കിയിട്ടു തുടർന്നു.

"ദേവിയെ പ്രത്യേകക്ഷേത്രം പണിത് പ്രതിഷ്ഠ നടത്തണമെന്നും പ്രശ്നത്തിൽ കണ്ടു. അതിൻപടി പുനരുദ്ധാരണം തുടങ്ങിക്കഴിഞ്ഞു. അപ്പോൾ, മീനമാസത്തിലെ ഭരണിനാളിൽ നിങ്ങളുടെ കൊട്ടുംകളിയുമൊക്കെ ദേവിക്കു കാണണം. കോരൻതന്നെ അതിനു മുൻകൈയെടുത്ത് മറ്റുള്ളവരോടു പറഞ്ഞ് അതിനുവേണ്ട തയ്യാറെടുപ്പ് നടത്തണം.

ഒട്ടും പ്രതീക്ഷിക്കാതെ ഒരു നല്ലകാര്യം കേട്ട്, കോരൻ അമ്പരന്നുപോയി. അയാൾ രണ്ടു കൈയും കൂപ്പി പറഞ്ഞു. "അമ്മേ... എല്ലാം അമ്മേടെ ഇഷ്ടം.."

മാധവൻ നമ്പൂതിരി തുടർന്നു: "അതിനുള്ള വക എത്രയാന്ന് വച്ചാ ഇവിടന്ന് തരാം. ഒന്നിനും ഒരു കൊറവ് വരരുത്. ആദ്യായിട്ടാണ് ഈ ക്ഷേത്രത്തില് ഇങ്ങനെയൊരു ചടങ്ങ് തീരുമാനിക്കണത്. എല്ലാം അമ്മേടെ തീരുമാനമല്ലേ... നമ്മള് നടപ്പാക്കണ്, അത്രതന്നെ. മറക്കണ്ടാ, ഈ വരുന്ന മീനത്തിലെ ഭരണിക്ക്."

"മറക്കില്യാ തമ്പ്രാ." കോരൻ എഴുന്നേറ്റു.

അന്തർജ്ജനം അകത്തുനിന്ന് ഒരു സഞ്ചിനിറയെ അരിയും പച്ചക്കറിയുമായി വന്ന് ഇറയത്തുവച്ചു. കുട്ടയുടെ കാശും അതോടൊപ്പം വച്ചു.

"എന്നാ പോട്ടേ... തമ്പ്രാ." കോരൻ അതൊക്കെ എടുത്ത് ആ ഇല്ലത്തു നിന്നു മടങ്ങി.

മനസ്സു നിറഞ്ഞാണ് മടങ്ങൽ. ആ ഇല്ലത്തു ചെന്നാൽ വേദനയോടെ ഇന്നുവരെ മടങ്ങേണ്ടി വന്നിട്ടില്ല.

കോരൻ ചിന്തിച്ചു.

പാക്കനാർ വാദ്യവും നൃത്തവുമൊക്കെ ഭഗവതിക്കു പ്രിയമാണെന്ന് എല്ലാവരും അറിഞ്ഞുവരികയാണ്.

ദേശം അറിയിച്ചുകൊണ്ടുതന്നെ വലിയ പരിപാടി നടത്തണം.

വട്ടമ്മുടി കെട്ടാൻ പുറത്തുനിന്ന് ആളെക്കൊണ്ടുവരണം. തുടിയും മരവുമൊക്കെ എണ്ണത്തിൽ കൂടുതലെടുക്കണം. കൊട്ടാനും പാടാനും കഴിവുള്ളവരെ മുന്നിൽ നിർത്തണം. പെണ്ണുങ്ങളുടെ മുടിയാട്ടവും വേണം. ദേവിയുടെ മനസ്സ് നിറയ്ക്കണം. എങ്കിലേ ദേവി അനുഗ്രഹം ചൊരിയൂ. ആ അനുഗ്രഹത്തിലൂടെ കോളനിയിലെ എല്ലാ കുടുംബങ്ങളും കരകയറണം.

മാധവൻ നമ്പൂതിരിക്ക് ഒരു മകനുണ്ട്. പക്ഷേ, സ്ഥലത്തില്ല. എന്തൊക്കെയോ പൊലീസുകേസുണ്ടായി എന്നുകേട്ടിട്ടുണ്ട്. ഇല്ലത്തേക്കും പൊലീസുകാർ അന്വേഷിച്ചുവരാൻ തുടങ്ങിയപ്പോ ഒരു നാൾ നാടുവിട്ടു എന്നുമാത്രം അറിയാം. എവിടെയോ ജീവിച്ചിരിപ്പുണ്ടെന്ന് അന്തർജ്ജനം പറഞ്ഞുകേട്ടിട്ടുണ്ട്.

ഇല്ലത്തുനിന്നും മടങ്ങുംവഴി കൈതക്കാട് കടന്ന് പഴയ ആ മാടത്തിന്നടുത്തെത്തിയപ്പോഴാണ് കോരൻ അവിടെയിരിക്കുന്ന രവിയെ കണ്ടത്.

അവൻ ഒരാളോടു സംസാരിച്ചുകൊണ്ടിരിക്കുന്നു.

"നീയിന്നു പഠിക്ക്യാൻ പോയില്ലേ?" കോരൻ അവനോടു ചോദിച്ചു.

"ഇല്ല്യ അപ്പൂപ്പാ." രവി അത്രയേ മറുപടി പറഞ്ഞുള്ളൂ.

അവനോടു സംസാരിച്ചുനില്ക്കുന്ന മനുഷ്യനെ കോരൻ ഇതിനു മുമ്പൊന്നും കണ്ടിട്ടില്ല.

നാല്പതു കഴിഞ്ഞപ്രായം ഒത്തവണ്ണവും പൊക്കവും. വെളുത്ത ശരീരം.

അയാൾ മാടത്തിന്റെ ഇറയത്ത് ഇരിക്കുകയാണ്.

കോരൻ അയാളോട് ഭവ്യതയോടെ ചോദിച്ചു; "ആരാ?"

"ഇരുപതുവർഷം മുമ്പ് പാഞ്ചാലിപ്പുഴ നീന്തി കിഴക്കൻ മലയിലേക്കു പോയ കണ്ണൻ." അയാൾ പറഞ്ഞു.

അവിശ്വസനീയതയോടെ കോരൻ അയാളെ നോക്കി.

അയാൾക്കത് വിശ്വസിക്കാനായില്ല.

ചെറിയ കുട്ടിയായിരുന്ന കണ്ണനെ താൻ കണ്ടിട്ടുണ്ട്.

അവൻ പഠിക്കാൻ പോയിവരുന്നതു കണ്ടിട്ടുണ്ട്.

അക്കാലത്ത് കിഴക്കൻ മലയിൽ ഈറ്റവെട്ടാൻ പോയ നാലുപേരിൽ ഒരാൾ അവന്റെ അപ്പനായിരുന്നു.

പഠിത്തം കഴിഞ്ഞിട്ടും അവൻ വെറുതേ നടന്നില്ല.

കിട്ടിയ പണി ചെയ്ത് അമ്മയെ പോറ്റി.

ഇടയ്ക്കെപ്പോഴോ തിരിച്ചുവരാത്ത അപ്പനെത്തേടി അവൻ പാഞ്ചാലിപ്പുഴ നീന്തിക്കടന്നു.

കിഴക്കൻ മലയിൽ പോയ അവനെ പിന്നെ ആരും കണ്ടിട്ടില്ല.

ആ ദുഃഖത്തിൽ അവന്റെ അമ്മയും പോയി.

പിന്നെ അവനെക്കുറിച്ച് ആരും ഓർത്തില്ല.

ഇക്കാലമത്രയും അങ്ങനെയൊരാൾ തിരിച്ചുവന്നിട്ടുമില്ല.

കോരൻ തന്റെ ഓർമ്മകളിൽ കണ്ണന്റെ മുഖം പരതി.

തിരിഞ്ഞ് മാടത്തിലേക്കു നോക്കിയപ്പോൾ അങ്ങനെയൊരാൾ അവിടെ ഇരിക്കുന്നില്ല.

കോരൻ വേഗം രവിയുടെ കൈയിൽ പിടിച്ചുവലിച്ചു.

“വാ വീട്ടിപ്പോവാം. ഇങ്ങനെ പലയിടത്തും തെണ്ടിനടന്നിട്ടാ രാത്രി പലതുംകണ്ട് പേടിക്കണേ. വന്നേ.”

കോരനപ്പൂപ്പനെ അവനു അനുസരിക്കാതിരിക്കാനാവില്ല.

“കൈയീന്ന് വിട്. ഞാൻ വരാം!” അവൻ കൈ കുതറി.

കോരൻ അവന്റെമേലുള്ള തന്റെ പിടിവിട്ടു. എന്നിട്ടു മുൻപേ നടന്നു.

നടക്കുന്നതിന്നിടെ കോരൻ പിറുപിറുത്തു.

“പഠിക്ക്യാൻ പൂവാന്നു പറഞ്ഞ് പിള്ളേര് അലഞ്ഞുതിരിഞ്ഞ് നടക്കും. നട്ടുച്ചയ്ക്കൊക്കെ ഇവിടെ കെടന്ന് നടന്നാ പലതും വന്ന് പേടിപ്പിക്കും. തെണ്ടന്റേം യക്ഷീടേം ബാധമാറ്റാൻ ബാക്കിയുള്ളോര് പിന്നാലെ നടക്കണം. വാ.”

കൈതവളപ്പ് കഴിഞ്ഞ് തോടിനു സമീപത്തെത്തിയ കോരനൊന്നു തിരിഞ്ഞുനോക്കിയപ്പോൾ അതുവരെ പിന്നാലെ നടന്ന രവിയേയും കണ്ടില്ല.

അമ്മയും അയൽപക്കത്തെ മൂന്നുനാലു പെണ്ണുങ്ങളും കൂടിയാണ് ലീലയെ കുളിപ്പിക്കാൻ കൊണ്ടുപോയത്; കുളത്തിലേക്ക്.

അവൾ പെണ്ണായതിന്റെ ആദ്യ ചടങ്ങ്.

തലയിൽ എണ്ണതേച്ച് ശരീരമാസകലം മഞ്ഞൾ തേച്ചുകുളി.

കുളി കഴിഞ്ഞ് മറ്റുള്ളവർക്കു നടുവിലായി വീട്ടിലെത്തി അകത്തെ ഇരുട്ടിലേക്ക്.

ഇത്തരം ചടങ്ങുകളെക്കുറിച്ചൊന്നും ലീലയ്ക്കു ധാരണയില്ല.

എങ്കിലും ഇന്നു തനിക്കു പ്രത്യേക പരിഗണന ലഭിക്കുന്ന ദിവസമാണെന്നു തോന്നി.

അവളുടെ അമ്മ നീലി അവൾക്കു പുതുവസ്ത്രങ്ങൾ പെട്ടിയിൽ നിന്നെടുത്തു നല്കി.

അവളുടെ അപ്പൂപ്പനാകട്ടെ അയൽപക്കത്തെല്ലാം ചെന്നുപറഞ്ഞ് ഉച്ച ഭക്ഷണത്തിനു എല്ലാവരെയും ക്ഷണിച്ചു.

അയൽപക്കത്തെ പെണ്ണുങ്ങൾവന്ന് അടുക്കളയിൽ കയറി ചോറും സാമ്പാറും വയ്ക്കാൻ സഹായിച്ചു.

പൊലീസ് സ്റ്റേഷനിലും ഫോറസ്റ്റ് ആഫീസിലുമൊക്കെ കയറിയിറങ്ങി. സുബ്രൻ വീട്ടിലെത്തിയപ്പോൾ മുറ്റം നിറയെ ആൾക്കാരെ കണ്ടു.

മുറ്റത്തു വലിച്ചുകെട്ടിയ ഓലപ്പന്തലിലിരുന്ന് ആളുകൾ ചോറുണ്ണുന്നു.

ഊണുകഴിഞ്ഞ ചിലർ മുറ്റത്തുവച്ച ചെമ്പിൻനിന്ന് വെള്ളമെടുത്ത് മുഖോം, വായും കഴുകുന്നു.

"എന്താ ഇതൊക്കെ?" സുബ്രൻ അമ്പരപ്പോടെ ചോദിച്ചു.

"അറിഞ്ഞില്ലേ... നിന്റെ മോള് ലീല പെണ്ണായി." അയൽപക്കത്തെ ഒരു പെണ്ണ് സുബ്രനോടു പറഞ്ഞു.

"ചോറും കറിയുമൊക്കെ നന്നായി." ഊണുകഴിഞ്ഞ് പന്തലിൽ നിന്നും പുറത്തേക്കു നടന്ന ഒരു വൃദ്ധ തന്റെ കൈവിരൽ നക്കിയിട്ടു പറഞ്ഞു:

"മ്മടെ ലീലമോൾക്കു നല്ലതുവരും!"

സുബ്രനു കലിയാണു വന്നത്.

അയാൾ പിന്നാമ്പുറത്തുകൂടെ നേരെ അടുക്കളയിലേക്കു ചെന്നു.

അടുക്കളയിൽ അടുപ്പിനു സമീപം മറ്റു പെണ്ണുങ്ങളുടെ കൂട്ടത്തിൽ ഭാര്യ നീലിയെ കണ്ടു.

മറ്റുള്ളവർ നില്ക്കുന്നുണ്ട് എന്ന കാര്യം മറന്ന് അയാൾ ഭാര്യയോട് ഒച്ചയെടുത്തു. "നിന്നോട് ആരു പറഞ്ഞിട്ടാ ഇതൊക്കെ ചെയ്യുന്നേ?"

"നാണംകെട്ട ഇത്തരം പരിപാടികൾ നിർത്തേണ്ട കാലം കഴിഞ്ഞു!"

"നാട്ടുകാരറിഞ്ഞാൽ നാണക്കേട്" എന്നു പിറുപിറുത്തുകൊണ്ട് അയാൾ അടുക്കളയിൽനിന്നും പുറത്തിറങ്ങി നേരെ വഴിയിലേക്കു നടന്നു.

ലീലയുടെ അപ്പന്റെ ആ പ്രവൃത്തികണ്ട് പെണ്ണുങ്ങൾ തമ്മിൽ നോക്കി.

എട്ട്

ഒരുദിവസം രാവിലെയാണ് റൗഡി വറീതിന്റെ ശരീരം കദളിച്ചിറ യുടെ പടവുകളിലൊന്നിൽ നിവർന്നു കിടക്കുന്നതു കണ്ടത്.

കദളിച്ചിറയുടെ സമീപത്തെ വഴിയിലൂടെ ആളുകൾ നടക്കുന്നത് പതിവല്ല. ഒരുച്ചയ്ക്ക് പശുവിന് പുല്ലരിയാൻ പോയിവരുമ്പോൾ പേങ്ങൻ പുലയനാണ് വെള്ളം കുടിച്ചുവീർത്ത് ചത്തുമലച്ചു കിടക്കുന്ന വറീതിനെ കണ്ടത്.

കേട്ടവരെല്ലാം ഓടിയെത്തി.

ശവശരീരം മറിച്ചിട്ടുനോക്കിയപ്പോൾ പുറത്ത് ശക്തിയായ അടിയേറ്റ പാടുകണ്ടു.

റൗഡി വറീതിന്റെ ഭാര്യയും ഒരേയൊരു മകനും പടവിൽ വന്നി രുന്ന് കരഞ്ഞു.

ആ മരണത്തെക്കുറിച്ച് പലരും അടക്കം പറഞ്ഞു.

ആരെങ്കിലും തല്ലിക്കൊന്നതാകും.

പുറത്ത് അടിയേറ്റ പാടുണ്ട്. തെണ്ടൻ തല്ലിയതാവും.

അല്ലെങ്കിൽ ആരെങ്കിലും ഒടിവച്ചതാകും.

ശരീരത്തിൽ മുറിവൊന്നും കാണാത്തതിനാൽ, ചിലപ്പോൾ യക്ഷിയും പ്രേതങ്ങളും ചോര ഊറ്റിക്കുടിച്ചതാവാമെന്നു ചിലർ.

“എന്തായാലും പോയതു നന്നായി.” ചിലർ രഹസ്യമായി സന്തോ ഷിച്ചു.

ഇനി ധൈര്യമായി പുറത്തിറങ്ങി നടക്കാലോ.

നാട്ടുകാരുടെ വെറുപ്പുമാത്രം സമ്പാദിച്ച ആളാണ് തന്റെ ഭർത്താ വെന്ന് വറീതിന്റെ ഭാര്യക്കറിയാം. ഒരാളുപോലും നല്ല വാക്കു പറയില്ല, ആളെക്കുറിച്ച്.

പൊലീസ് വന്ന് റൗഡി വറീതിന്റെ ജഡം പായയിൽ കെട്ടിപ്പൊതിഞ്ഞ് പോസ്റ്റുമോർട്ടത്തിനു കൊണ്ടുപോയി.

കുറേനാളുകൾക്കുശേഷം പലരും കദളിച്ചിറയിലേക്കു വരുന്നതു തന്നെ ഇപ്പോഴാണ്. ചിറയുടെ പരിസരം ആരിലും ഭയമുളവാക്കുന്നതായിരുന്നു. അതുകൊണ്ടുതന്നെ എല്ലാവരും വേഗം അവരവരുടെ കുടിലുകളിലേക്കു തിരിച്ചുപോന്നു.

രവി, തന്റെ കൂട്ടുകാരൻ ചാത്തനെ കണ്ടു.

സ്കൂളിൽ പോകാത്തതിനാൽ കുറേനാളുകൾക്കുശേഷമാണ് അവനെ കാണുന്നത്.

എല്ലാവരുടെയും പിന്നിലായി അവൻ നടന്നു.

"ഒരു കാര്യം ചോദിച്ചോട്ടെ." ചാത്തൻ രവിയോടു ചോദിച്ചു.

"ആ." രവി പറഞ്ഞു.

ചാത്തൻ രവിയെ അരികിലേക്കു വലിച്ചുനിർത്തി ചോദിച്ചു:

"റൗഡി വറീതിനെ ഒടിവച്ചു കൊന്നതാണെന്നു കേട്ടല്ലോ. ശരിയാണോ?" ചാത്തൻ ചോദിച്ചു.

"ആവോ. എനിക്കറിയില്ല." രവി പറഞ്ഞു.

"എന്നാ കേട്ടോ." ചാത്തൻ അവനോടു പറഞ്ഞു. "ചക്കൻ മന്ത്രവാദി ഒടിവച്ചതാണെന്നു പലരും പറയുന്നതുകേട്ടു.

രവിക്കു അതു പുതിയ അറിവായിരുന്നു.

"എന്നാ ഞാൻ പോട്ടെ." ചാത്തൻ അവനോടു യാത്രപറഞ്ഞു പിരിഞ്ഞു.

എന്തായാലും അതൊരു രഹസ്യമാണ് എന്നവന് ബോദ്ധ്യമായി.

ചക്കനപ്പൂപ്പന് ഒടിവിദ്യ വശമുണ്ടെന്ന് കേട്ടിട്ടുണ്ട്.

റൗഡി വറീതുമായി എന്തെങ്കിലും പ്രശ്നമുണ്ടായിരിക്കുമോ?

അയാളുടെ മരണം എല്ലാവരും അറിഞ്ഞു.

വലിയൊരു സന്തോഷവും അത്രതന്നെ ആശങ്കയും കോരന്റെ മകൾ ചീരുവിനുണ്ടായി.

രാത്രി അമ്മയോടൊപ്പം കിടക്കുമ്പോൾ അവൾ അതേക്കുറിച്ച് ഭയത്തോടെ ഓർത്തു.

രണ്ടുമൂന്നുദിവസംമുമ്പാണ് ആ സംഭവം നടന്നത്. കറ്റാർവാഴയുടെ തണ്ടന്വേഷിച്ച് അവൾ പാടത്തെത്തിയതാണ്. നേരം ഉച്ച. തിരിച്ചുവരുമ്പോഴാണ് റൗഡി വറീതിന്റെ മുന്നിലെത്തിപ്പെട്ടത്. അയാൾ നന്നായി കള്ളുകുടിച്ചിരുന്നു. തോടിനു മീതെയുള്ള തെങ്ങിൻപാലം കടക്കാൻ തുടങ്ങുമ്പോഴാണ് എതിരെവന്ന അയാൾ "എവിടേക്കോ പോണേ" എന്ന് ശൃംഗാരച്ചിരിയോടെ ചോദിച്ചത്.

പേടിച്ചുപോയ അവൾ വേഗം തിരിച്ചു നടക്കുമ്പോൾ "ഒന്നു നിക്കെടീ ചോദിക്കട്ടെ." എന്നയാൾ. തിടുക്കത്തിൽ നടക്കാൻ തുടങ്ങിയപ്പോൾ അയാൾ കൈയിൽ പിടിച്ചുവലിച്ചു ചോദിച്ചു. "കോരൻ പറയന്റെ മോൾക്കു ഇത്ര പവറോ?"

പേടിച്ചുവിറച്ച അവളുടെ കൈയിൽ പിടിച്ച് തന്നോടുചേർത്ത് അയാൾ പറഞ്ഞു. “പുറത്തുപറഞ്ഞാ കൊന്നുകളയും.”

“അയ്യോ” എന്ന് അവൾ അലറി. പരസ്പരം മൽപ്പിടുത്തമായി.

ആ സമയം തോടിനു സമീപത്തെത്തിയ ഒരാൾ അയാളെപ്പിടിച്ച് തലങ്ങും വിലങ്ങും അടിച്ചു. എന്നിട്ട് അവളോടു പറഞ്ഞു. “വീട്ടി പൊക്കോ. ഇനിയിവൻ പേടിപ്പിക്കില്ല്യാ.”

തെങ്ങിൽ ചാരിനിർത്തി റൗഡി വറീതിനെ അയാൾ തുരുതുരെ ചവിട്ടുന്നുണ്ടായിരുന്നു. അതുകണ്ടാണ് അവൾ അവിടെനിന്നും വീട്ടിലേക്കോടി വന്നത്.

വീട്ടിലെത്തിയപാടേ ഇറയത്ത് കുട്ട നെയ്തുകൊണ്ടിരിക്കുകയായിരുന്ന അപ്പനോടു പറഞ്ഞു.

“അപ്പാ ആ റൗഡി വറീത് എന്നെ പേടിപ്പിച്ചു.”

“അവനെ ഞാൻ!” എന്ന് ഒച്ചയെടുത്ത് കോരൻ കുട്ട അവിടെയിട്ട് എഴുന്നേറ്റു.

“നിങ്ങളിവിടിരി!” ചിരുതെ കോരനെ സമാധാനിപ്പിച്ചു.

ആ സമയത്താണ് ചക്കന്റെ വരവ്.

“ആ റൗഡി വറീത് ക്ടാങ്ങളെ പേടിപ്പിക്ക്യാന്ന്!” കോരൻ ചക്കനോടു പറഞ്ഞു.

“ചീരുനെ പേടിപ്പിച്ചോ?” ചക്കൻ കലിയോടെ ചോദിച്ചു.

“ആ.” കോരൻ മൂളി.

“പാക്കനാരോടുള്ള അവന്റെ കളി ഇന്നത്തോടെ ഞാനവസാനിപ്പിക്കും.” എന്ന് ദൃഢസ്വരത്തിൽ പറഞ്ഞാണ് ചക്കൻ അവിടെനിന്നിറങ്ങിയത്. ചീരു ഓർത്തു.

പക്ഷേ, റൗഡി വറീതിനെ ആ ചെറുപ്പക്കാരൻ ശരിക്കും പെരുമാറുന്നത് താൻ കണ്ടതാണ്. അയാളുടെ തല്ലുകൊണ്ടാവുമോ റൗഡി വറീത് ചത്തത്? എന്തായാലും ഇനി ആ ശല്യം ഉണ്ടാവില്ലെന്നത് വലിയ ആശ്വാസം. പക്ഷേ, ഏകദേശം നാല്പതു വയസ്സോളം തോന്നിക്കുന്ന ആ മനുഷ്യൻ ആരാണ്? അയാളെ ഇതിനുമുമ്പൊന്നും തന്റെ കണ്ടിട്ടില്ല. എന്തായാലും അയാൾ കൃത്യസമയത്ത് തന്നെ രക്ഷിക്കാനായി വന്നെത്തി.

റൗഡി വറീതിന്റെ മരണം കോരനും ഭാര്യ ചിരുതയ്ക്കുമൊക്കെ മനസ്സമാധാനം നല്കി.

“പാക്കനാരോടു കളിച്ചാ ഏഴുതെകയ്ക്കില്ല” എന്ന് കോരൻ തന്റെ മകളോടു പറയുകയും ചെയ്തു.

സുബ്രൻ കോളനിയിലെ വീടുകളിൽ കയറി ഒപ്പു ശേഖരണം നടത്തി.

എല്ലാവരുംകൂടെ ഈറ്റ സൊസൈറ്റിക്കു മുന്നിൽ ധർണ്ണ നടത്തണം. പരമ്പരാഗതമായി ഈറ്റത്തൊഴിൽ ചെയ്തുവരുന്ന തങ്ങൾക്ക് ഈറ്റ ലഭ്യമാക്കണം.

വനത്തിൽനിന്നും വരുന്ന ഈറ്റയെല്ലാം സൊസൈറ്റിക്കാർ കൂടുതൽ വിലയ്ക്കു പുറമേ വില്ക്കുകയാണ്. അകലേ നിന്ന് ക്രിസ്ത്യാനികൾ കൂട്ടമായി വന്ന് ഈറ്റ കൂടുതൽ വിലയ്ക്കു വാങ്ങുന്നു. അവരിപ്പോൾ പനമ്പ് നെയ്ത്ത് ആരംഭിച്ചിരിക്കുകയാണ്.

“ഇതിനെതിരെയാണ് നമ്മൾ സമരം ചെയ്യുന്നത്.” സുബ്രൻ എല്ലാവരോടുമായി വിശദീകരിച്ചു. “പരമ്പരാഗതമായി ഈറ്റകൊണ്ട് കുട്ടയും മുറവും നെയ്യുന്ന നമ്മളാണ് യഥാർത്ഥ ഈറ്റത്തൊഴിലാളികൾ. കൂടുതൽ വിലയ്ക്ക് ഈറ്റ വാങ്ങുന്ന ക്രിസ്ത്യാനികൾക്കു സൊസൈറ്റികൾ ഒത്താശ ചെയ്യുകയാണ്. സൊസൈറ്റിയിൽ നമ്മൾ ചെല്ലുമ്പോൾ ഒന്നോ രണ്ടോ കെട്ടുകൾ കിട്ടിയാലായി. ഇതിങ്ങനെ അനുവദിച്ചുകൊടുത്താൽ നമ്മളൊക്കെ പട്ടിണി കിടക്കേണ്ടിവരും. ഈയൊരു സാഹചര്യത്തിലാണ് നമ്മൾ സമരത്തിനൊരുങ്ങുന്നത്. ഇതല്ലാതെ നമുക്കു മറ്റു വഴികളില്ല.”

സുബ്രൻ നാലുവരെയേ പഠിച്ചിട്ടുള്ളൂവെങ്കിലും പാർട്ടിക്കാരോടൊപ്പം നടക്കുന്നതിനാൽ പൊതുവിവരം കുറച്ചൊക്കെ അറിയാം. പ്രഭാഷണങ്ങളും ക്ലാസുമൊക്കെ കേട്ട് ഇപ്പോൾ സംസാരിക്കാനും പഠിച്ചിട്ടുണ്ട്.

എന്നാൽ, സമരത്തിനു പോകാൻ എല്ലാവർക്കും പേടിയാണ്. പൊലീസുകാർവന്ന് എപ്പോഴാണ് തല്ലുന്നതെന്നറിയില്ല. പാക്കനാർ വിഭാഗം സാധാരണയായി ആരോടും വഴക്കിനു നില്ക്കാത്തവരായതിനാൽ തല്ലിനു പേടിയാണ്. പുറത്തൊരു ലഹള കണ്ടാൽ തിരിഞ്ഞോടും. ആരെങ്കിലും തല്ലാൻവന്നാൽ പ്രതികരിക്കാതെ നിന്നുകൊടുക്കും. തെറ്റു ചെയ്യാത്ത പാക്കനാരെ ആരെങ്കിലും തല്ലിയാൽ പാക്കനാർ തിരിച്ചു തല്ലാനും നില്ക്കില്ല. വീട്ടിലെത്തി കൊട്ടിലിൽ കയറി തിരികത്തിച്ച് കാർന്നമ്മാരോടു പ്രാർത്ഥിക്കും. ഒരു തെറ്റും ചെയ്യാത്ത പാക്കനാരെ ഉപദ്രവിച്ചല്ലോ എന്ന് മനംനൊന്തു പറയും. പാക്കനാർക്കുവേണ്ടി മുത്തപ്പന്മാർ പ്രതികാരം ചോദിച്ചോളും. അതാണ് പതിവ്.

“ഇനി അതൊക്കെ തെറ്റിക്കേണ്ടി വരും.” സുബ്രൻ എല്ലാവരോടുമായി പറഞ്ഞു: “അടിച്ചവനെ തിരിച്ചടിക്കണം. അവകാശങ്ങൾ ചോദിച്ചു. വാങ്ങണം. ആനുകൂല്യങ്ങൾ ആരും ഇങ്ങോട്ടു കൊണ്ടുവന്നുതരില്ല. അങ്ങോട്ടുചെന്നു വാങ്ങണം.”

“അതുതന്നെയാ ഞങ്ങടെ ആൾക്കാരും പറയണേ.” ചാത്തൻ രവിയോടു പറഞ്ഞു.

“പണ്ട് പല അമ്പലത്തിന്റെയും മുന്നിലൂടെ നമുക്കു വഴിനടക്കാൻ പറ്റില്യാരുന്നു. താണജാതിക്കാരോട് സർവ്വത്ര അനീതിയായിരുന്നു. അതിനെതിരെയാണ് അയ്യങ്കാളി പോരാടിയത്.”

ചാത്തന്റെ സംസാരം പന്ത്രണ്ടുകാരന്റേതല്ല, മുപ്പത്തിരണ്ടുകാരന്റേതാണെന്നു രവിക്കു തോന്നി. താൻ കേട്ടറിഞ്ഞിട്ടുള്ള പല കാര്യങ്ങളും അവൻ രവിക്കു പറഞ്ഞുകൊടുക്കും. ചാത്തനിപ്പോൾ സ്കൂളിൽ വരവ് കുറവാണ്. അച്ഛന്റെകൂടെ പാടത്ത് പണിക്കുപോകും. പഠിച്ച് സമയം കളയുന്നതിനേക്കാൾ നല്ലത് തൊഴിലെടുത്ത് ശീലിക്കുകയാണെന്നാണ്

അവന്റെ അച്ഛന്റെ അഭിപ്രായം. അച്ഛനോടൊപ്പം പല പണികളും അവൻ എടുത്തു തുടങ്ങി.

ഉച്ചയ്ക്കു കഞ്ഞിയുംകൊണ്ട് പാടത്തേക്കു പോകുമ്പോൾ അച്ഛനോടൊപ്പം പുല്ല് അറിയാനും വാഴയ്ക്കു തടമിടാനും കൂടെ നില്ക്കും.

"നീ നല്ല പണിക്കാരനായി വരും." എന്ന് പറമ്പിന്റെ മുതലാളി അവന്റെ തോളിൽത്തട്ടി അഭിനന്ദിച്ചിട്ടുണ്ട്.

"നമ്മൾ പഠിച്ച് വലിയ ആളുകളാവുന്നത് അവർക്കൊന്നും ഇഷ്ടമല്ലെന്നേ." ചാത്തൻ രവിയോടു പറഞ്ഞു. "പഠിപ്പ് നിർത്തി അച്ഛന്റെ കൂടെ പണിക്കു ചെല്ലാനാ അച്ഛൻ പറയണേ!"

"അതു വേണ്ടാ." സുന്ദരൻ, ചാത്തന്റെ അച്ഛനോടു പറഞ്ഞു:

"പിള്ളേര് പഠിച്ച് വളരണം. നമ്മുടെ ഇടയിൽ നല്ല വിദ്യാഭ്യാസമുള്ളവര് വളർന്നുവരണം. എങ്കിലേ നമ്മുടെ അവകാശങ്ങൾ പിടിച്ചു വാങ്ങാൻ കഴിയൂ!"

പുലയ സമുദായത്തിന്റെ നേതാവായ സുന്ദരൻ തന്റെ വർഗ്ഗം വളർന്നു നല്ല രീതിയിൽ വളരണമെന്ന് ആഗ്രഹമുള്ള ആളാണ്. പക്ഷേ, കോളനിയിലെ ഭൂരിഭാഗംപേരും പഠിക്കാനിഷ്ടപ്പെടുന്നില്ല. മാതാപിതാക്കളുടെകൂടെ പാടത്തും പറമ്പിലും പണിയെടുക്കാൻ നിർബ്ബന്ധിക്കപ്പെടുന്നു. തനിക്കോ അധികം പഠിക്കാൻ കഴിഞ്ഞില്ല. അടുത്ത തലമുറയെങ്കിലും പഠിച്ചുവളർന്ന് സ്വന്തം കാലിൽ നില്ക്കാൻ കരുത്തുള്ളവരായി ത്തീരണമെന്നാണ് ആഗ്രഹം. അതിനുവേണ്ടിയാണ് കോളനിയിലെ കുടുംബങ്ങളെയെല്ലാം കോർത്തിണക്കി സമുദായം രൂപീകരിച്ചത്. സമുദായ മീറ്റിങ്ങിൽ പങ്കെടുത്ത് എല്ലാവർക്കും അവരവരുടെ ആവശ്യങ്ങൾ ഉന്നയിക്കാം. അവകാശങ്ങൾ നേടിയെടുക്കാൻ പുറത്തുള്ള സമുദായങ്ങളുമായി കൂടിയാലോചിച്ച് ഒറ്റക്കെട്ടായി സമരംചെയ്ത ചരിത്രവും സമുദായത്തിനുണ്ട്.

സുബ്രന്റെ വീട്ടിൽ കൂടിയ മീറ്റിങ്ങിൽ പാർട്ടിനേതാവ് അവിടെ കൂടിയിരുന്നവരോടു പറഞ്ഞു:

"അതിനു നിങ്ങൾ തയ്യാറാവണം. പുറത്ത് ഈഴവരെല്ലാം നാരായണഗുരുവിന്റെ പേരിൽ ഒന്നിക്കുന്നു. അവർക്കു ജാതി പറയാമെങ്കിൽ എന്തുകൊണ്ട് നിങ്ങൾക്കും ആയിക്കൂടാ? ഞാൻ ഒരു കമ്യൂണിസ്റ്റാണ് എന്നു പറയുന്നതുപോലെ, നിങ്ങൾ ഒരു പറയാനാണ് എന്ന് തുറന്നുപറയാൻ തയ്യാറാവണം. അതിൽ ലജ്ജിക്കുകയല്ല, അഭിമാനിക്കുകയാണ് വേണ്ടത്. നിങ്ങൾക്കറിയാമോ?"

ചെറുപ്പക്കാരനായ നേതാവ് അവരോടു വിശദീകരിച്ചു:

"നാരായണ ഗുരുവിനും ചട്ടമ്പിസ്വാമികൾക്കും യോഗ്യവിദ്യ ഉപദേശിച്ചുകൊടുത്ത തൈക്കാട് അയ്യാവുസ്വാമികൾ പറയ സമുദായത്തിൽപ്പെട്ട ആളായിരുന്നു. അതുപോലെതന്നെ, പറയ പുലയ സമുദായത്തിൽപ്പെട്ട ധാരാളം ശിഷ്യന്മാർ നാരായണ ഗുരുവിനുണ്ടായിരുന്നു. ആ നാരായണഗുരുവിന്റെ പേരിൽ ഒന്നിച്ച ഈഴവർ, ഏതു പറയ

നെയാണ് അവരുടെ കൂട്ടത്തിൽ കൂട്ടുന്നത്? ഏതു പുലയനെയാണ് അവർ തങ്ങളോടൊപ്പം നിർത്തുന്നത്? ചത്ത പശുവിനെ തിന്നാൻ അധികാരപ്പെട്ട ഒരേയൊരു സമുദായം ഇവിടത്തെ പറയസമുദായമായിരുന്നു. അതുകൊണ്ട്, നിങ്ങൾ ഒന്നിക്കണം. ഒപ്പം ഞങ്ങളുമുണ്ട്."

എല്ലാവർക്കും അയാളുടെ പ്രസംഗം ഇഷ്ടപ്പെട്ടപ്പോൾ സുബ്രന് അഭിമാനം തോന്നി. തനിക്കു പറയാൻകഴിയാത്ത കാര്യങ്ങളാണ് നേതാവ് ഇവിടെ പ്രസംഗിച്ചത്.

മീറ്റിങ് കഴിഞ്ഞ് പ്രാസംഗികൻ പോകാൻ തുടങ്ങിയപ്പോൾ എല്ലാവരും അതാരാണെന്ന് സുബ്രനോടു ചോദിച്ചു.

"നമ്മുടെ മാധവൻ നമ്പൂതിരിയുടെ നാടുവിട്ടുപോയ മകൻ തിരിച്ചുവന്നതാ. ബ്രഹ്മദത്തൻ നമ്പൂതിരി. വല്യ പ്രാസംഗികനാ. കമ്യൂണിസ്റ്റുപാർട്ടിയുടെ വലിയ നേതാവാ." സുബ്രൻ അഭിമാനപൂർവ്വം പറഞ്ഞു.

"നമ്മളോടൊക്കെ വലിയ ഇഷ്ടാ നമ്പൂതിരിക്ക്."

പടിയിറങ്ങി പോകാൻ തുടങ്ങിയ ബ്രഹ്മദത്തൻ നമ്പൂതിരി, അതുകേട്ട് തിരിച്ചുവന്ന് എല്ലാവരോടുമായി പറഞ്ഞു:

"നമ്പൂതിരി എന്നെന്നെ വിളിക്കണ്ട. ആ വാല് ഞാൻ എന്നേ മുറിച്ചുകളഞ്ഞു!"

അതുപറഞ്ഞ് ധീരതയോടെ അയാൾ നടന്നുപോയി.

ഒൻപത്

പാക്കനാരുടെ കഥ രവിക്കു പറഞ്ഞുകൊടുത്തത് കോരനാണ്.

പറയിപെറ്റ പന്തിരുകുലത്തിലെ പാക്കനാർ.

പറയിപെറും മുമ്പ് എത്ര കുലമുണ്ടായിരുന്നു എന്ന് അവൻ ചോദിച്ചപ്പോൾ കോരന് ഉത്തരവുമുണ്ടായില്ല.

പറയിലെ വിവാഹംചെയ്ത വരരുചി ബ്രാഹ്മണനായിരുന്നു എന്നു മാത്രം കോരൻ പറഞ്ഞു.

കോരനപ്പൂപ്പനിൽ നിന്ന് കേട്ട കഥകളെല്ലാം അവൻ ചാത്തനോടു പറഞ്ഞു. അപ്പോൾ ചാത്തൻ ചോദിച്ചത് ഇങ്ങനെ. "പറയിപെറ്റ പന്തിരുകുലത്തിൽ എന്താ ഞങ്ങളെ ഉൾപ്പെടുത്താത്തത്? പുലയന്മാർ ഒരു കുലത്തിലും പെടാത്തവരാണോ?"

രവിക്കു അതിനു മറുപടിയില്ലായിരുന്നു. കോരനപ്പൂപ്പൻ കഥ പറയുമ്പോൾ ചാത്തന്റെതുപോലുള്ള സംശയങ്ങളൊന്നും രവിയുടെ മനസ്സിൽ വരില്ല. അതുകൊണ്ട് കഥകേട്ട് തിരിച്ചു വരികയേയുള്ളൂ; ഒന്നും തിരിച്ചു ചോദിക്കാറില്ല.

"എന്നാ കേട്ടോ." ചാത്തൻ പറഞ്ഞു.

"പാടത്ത് പണിയെടുക്കുന്നവർ കൂടുതലും ഞങ്ങളാ."

ചാത്തൻ അക്കൊല്ലം പഠിപ്പ് നിർത്തി. മുൻപു പറഞ്ഞതുപോലെ തന്നെ അവൻ അച്ഛന്റെകൂടെ പാടത്തെ പണിക്കിറങ്ങി. കൊയ്യാനും ഞാറുനടാനും വെള്ളംതേവാനും അവൻ പഠിച്ചു. സൂര്യനെ പ്രതിരോധിക്കാനെന്നവണ്ണം കറുത്തുതടിച്ച ശരീരമായി അവൻ വളർന്നു.

വൈക്കം ക്ഷേത്രം, ഗുരുവായൂർ ക്ഷേത്രം എന്നിവയുടെ സമീപത്തുകൂടെ അവർണ്ണർക്കു വഴിനടക്കാൻ സ്വാതന്ത്ര്യമില്ലാതിരുന്ന കാലത്തെക്കുറിച്ച് ക്ലാസെടുത്തുകൊണ്ടിരുന്ന ചരിത്രാദ്ധ്യാപകൻ രവിയോടു ചോദിച്ചു:

“ഇത്തരം കഥകളും സംഭവങ്ങളുമൊക്കെ കേൾക്കുമ്പോൾ ഇപ്പോൾ നിങ്ങൾക്കെന്തു തോന്നുന്നു?”

അതിന് അവൻ മറുപടി പറഞ്ഞില്ല.

അദ്ധ്യാപകൻ തുടർന്നു:

“സ്ത്രീകൾക്ക് മാറുമറയ്ക്കാൻ സ്വാതന്ത്ര്യമില്ലാതിരുന്ന കാലത്ത് ജീവിച്ച പൂർവ്വികരാണു നിങ്ങളുടേത്!”

അവർ നടക്കുകയായിരുന്നു.

“നൂറ് നൂറ്റമ്പത് വർഷംമുമ്പ് ബ്രിട്ടീഷുകാരായിരുന്നു, പാഞ്ചാലിപ്പുഴയുടെ തീരത്ത് ഭരണം നടത്തിയവർ. അവരും അവരുടെ നേതൃത്വത്തിലുള്ള നാട്ടുപ്രമാണികളും ചേർന്ന് ആ ഭാഗം അവരുടെ കോട്ടയാക്കി മാറ്റി. പിന്നെ ലഹളവന്നു. സ്വാതന്ത്ര്യസമരം വന്നു. അങ്ങനെ നമുക്കു സ്വാതന്ത്ര്യം കിട്ടി.”

മുഖത്തെ കണ്ണടയിലൂടെ അവനെ സൂക്ഷിച്ചുനോക്കി അദ്ധ്യാപകൻ ചോദിച്ചു. “എന്നാൽ ശരിക്കും സ്വാതന്ത്ര്യം കിട്ടിയോ?”

രവി ഉത്തരം പറയാതായപ്പോൾ അദ്ദേഹംതന്നെ പറഞ്ഞു.

“ഇല്ല.”

“പിന്നെ?” രവി ചോദിച്ചു.

“അധികാരം വെളുത്ത സായിപ്പന്മാരിൽനിന്നും കറുത്ത സായിപ്പന്മാർക്കു കിട്ടി. അത്രതന്നെ. അന്നു താഴേക്കിടയിലുള്ള നിങ്ങളെപ്പോലുള്ളവർ ഇന്നും താഴേക്കിടയിൽത്തന്നെ. ഒരു വ്യത്യാസവുമില്ല.”

അത്രയുംപറഞ്ഞ് മാഷ് വേഗം നടന്നുപോയി.

തെങ്ങിൻതോപ്പും കൈതത്തോടും കടന്നു മാടത്തിനു മുൻപിൽ അവൻ കണ്ണനെ കണ്ടു.

“പലവട്ടം വന്നിട്ടും ഇവിടെ കണ്ടില്ലല്ലോ.” അവൻ കണ്ണനോടു പറഞ്ഞു.

രവി തുടർന്നു.

“ഒറ്റയ്ക്കു വരാൻ പേടിയാരുന്നു. റൗഡി വറീത് പേടിപ്പിക്കുമെന്ന്.”

“ഇനി ആ ശല്യം ഉണ്ടാവില്ലെന്ന് അറിയില്ലേ?” കണ്ണൻ അവനോടു ചോദിച്ചു.

“കണ്ണമുത്തൻ വറീതിനെ അറിയോ?” രവി ചോദിച്ചു.

“പിന്നില്ലാതെ.” കണ്ണൻ പറഞ്ഞു. “ഞാനല്ലേ അവന്റെ ശല്യം തീർത്തത്. ആരോടും പറയാണ്ടാട്ടോ.”

രവി ആദരവോടെ കണ്ണനെ നോക്കി. വലിയൊരു ആദർശപുരുഷനെ അയാളിൽ രവി കണ്ടു. കോരനപ്പൂപ്പൻ പാക്കനാരുടെ കഥ പറയുമ്പോൾ പാക്കനാരുടെ രൂപമായി കണ്ണമുത്തനെ കണ്ടു. മറ്റു പല കഥകളും കേൾക്കുമ്പോൾ അവയിലെ കേന്ദ്രകഥാപാത്രങ്ങൾക്കും കണ്ണമുത്തന്റെ രൂപം തന്നെയാണു മനസ്സിൽ.

“കുറച്ചു കാലം ഞാനിവിടെ ഉണ്ടാവില്ല.” കണ്ണൻ പറഞ്ഞതുകേട്ടപ്പോൾ രവിക്കു സങ്കടമായി.

"എവിടെ പോകുന്നു?"

"എങ്ങും ഇരിക്കപ്പൊറുതി തോന്നുന്നില്ല. കുറച്ചു ദേശസഞ്ചാരം ചെയ്യണം. പേടിക്കേണ്ടാ തിരിച്ചുവരും." അയാൾ പറഞ്ഞു.

"എന്ന്?"

"എന്നെങ്കിലും."

രണ്ടുപേരും കുറച്ചുനേരം മിണ്ടാതെ നിന്നു.

"എന്നാ പൊക്കോ." കണ്ണൻ അവനോടു പറഞ്ഞു.

രവിക്കു അവിടെനിന്നും പോകാൻ തോന്നിയില്ല. അത്രയധികം അയാളിലേക്കു അവൻ ആകർഷിക്കപ്പെട്ടു കഴിഞ്ഞിരിക്കുന്നു. ഇനി അടുത്തെങ്ങും കാണുകയില്ലെന്നറിഞ്ഞപ്പോൾ സങ്കടം വർദ്ധിക്കുന്നു.

"എന്നാലും കണ്ണമുത്തനെ കാണാതിരിക്കാനാവില്ല..." അവൻ പറഞ്ഞു.

കണ്ണൻ അവിടെ നില്പുണ്ടായിരുന്ന കറ്റാർവാഴയുടെ തണ്ട് പറിച്ചെടുത്ത് അവനു നീട്ടി പറഞ്ഞു.

"ഇത്... ചീരുച്ചേച്ചിക്കു കൊടുക്ക്."

അവൻ അതുവാങ്ങി കൈയിൽ വച്ചു.

കണ്ണൻ തുടർന്നു.

"റൗഡി വറീതിന്റെ ശല്യം ഇനിയുണ്ടാവില്ലല്ലോ. ചീരുച്ചേച്ചിയോട് ധൈര്യമായി വന്ന് ആവശ്യമുള്ളതൊക്കെ പറിച്ചോളാൻ പറ."

രവിക്കു അതിനെക്കുറിച്ചൊന്നും അറിയില്ലല്ലോ.

"പറയാം. ഇനിയെന്നാ കണ്ണമുത്തനെ കാണാ?" അവൻ ചോദിച്ചു.

"കാണാനുള്ള ആഗ്രഹമുണ്ടെങ്കിൽ എപ്പോ വേണേലും എവിടെ വച്ചും കാണാം. ഇപ്പോ പൊക്കോ. പിന്നെ പകൽസമയത്ത് അലഞ്ഞു തിരിഞ്ഞ് ബാധോപദ്രവം വരുത്തിവയ്ക്കണ്ടാ."

അത്രയുംപറഞ്ഞ് കണ്ണൻ മാടത്തിനകത്തേക്കു കടന്നു.

രവി തിരിച്ചുനടന്നു.

ആ രാത്രി കോരനപ്പൂപ്പനോടൊപ്പം രവിയും അമ്മയും പലതും പറഞ്ഞിരിക്കുമ്പോഴാണ് ഇടിയോടുകൂടിയ മഴ പെട്ടെന്ന് പെയ്യാൻ തുടങ്ങിയത്.

ചക്കമുറിച്ച് കൂട്ടാൻ വയ്ക്കുകയായിരുന്ന ചിരുത, കാറ്റിൽ കെട്ടുപോകാതിരിക്കാൻ വിളക്ക് ഒരു മൂലയിലേക്കു മാറ്റിവച്ചു.

"ഞങ്ങള് പോട്ടെ." ചന്ദ്രിക അവരോടു യാത്ര പറഞ്ഞ് "വാടാ" എന്ന് പറഞ്ഞു മുറ്റത്തേക്കിറങ്ങി.

"ഇനിപ്പോ എന്താ ചെയ്യാ! കുറച്ച് ചക്കക്കൂട്ടാൻ തരാമെന്നുവച്ചപ്പോ മഴയും പെയ്തു." ചിരുത പറഞ്ഞു.

"സൂക്ഷിച്ചു പൊക്കോ. വല്ല ഇഴജന്തുക്കളും കാണും." കോരൻ അവരോട് വിളിച്ചു പറഞ്ഞു.

അവർ പോയിക്കഴിഞ്ഞപ്പോൾ ചീരു അകത്തിന്റെ മൂലയിൽ പായ വിരിച്ചു കിടന്നു. കാറ്റ് അകത്തേക്കുവരാതിരിക്കാൻ ചിരുത വാതിൽ ചാരി

ഒരു മൂലയിൽ കാലും നീട്ടിയിരുന്നു. കോരൻ ഇറയത്ത് മഴയെ നോക്കിയിരുന്നു.

രവി, കറ്റാർവാഴയുടെ തണ്ട് കൊണ്ടുത്തന്നപ്പോൾ മുതൽ ചീരു ആ ആളെക്കുറിച്ച് ഓർക്കുകയായിരുന്നു. വയറുവേദന മാറാൻ കറ്റാർവാഴയുടെ തണ്ട് പിഴിഞ്ഞ ചാറുകുടിച്ചാൽ മതിയെന്ന് അയൽപക്കത്തെ വല്യമ്മ പറഞ്ഞറിഞ്ഞ താൻ അതു പറിക്കാൻവേണ്ടി പാടത്തെത്തിയപ്പോഴാണ് റൗഡി വറീത് വഴിതടഞ്ഞ് തന്റെ കൈയിൽ കയറിപ്പിടിച്ച് ആക്രമിച്ചത്. കൃത്യസമയത്ത് അവിടെയെത്തി ആ ക്രൂരനിൽനിന്നും തന്നെ രക്ഷിച്ച ആ ആളാണ് രവിയുടെ കൈയിൽ തനിക്കിത് കൊടുത്തയച്ചത്. ഇനി ധൈര്യമായി പുറത്തിറങ്ങി നടന്നോളാൻ അയാൾ അവനോട് പറഞ്ഞയക്കുകയും ചെയ്തു. എത്ര നല്ല മനുഷ്യനാണയാൾ.

അയാൾ ആ സമയത്ത് അവിടെ വന്നില്ലായിരുന്നെങ്കിൽ തന്റെ അവസ്ഥ എന്താകുമായിരുന്നു! റൗഡി വറീത് തന്നെ എന്തൊക്കെ ചെയ്യുമായിരുന്നു! മുത്തപ്പനാണ് അയാളെ അവിടെ ആ സമയത്ത് എത്തിച്ചത്. അയാൾ, വറീതിന് നല്ലവണ്ണം തല്ലുകൊടുക്കുന്നത് താൻ കണ്ടതാണ്. ചിലപ്പോൾ അയാളുടെ തല്ലുകൊണ്ട് വറീത് ചത്തുകാണും. ചത്ത വറീതിനെ അയാൾ കദളിച്ചിറയിൽ കൊണ്ട് തള്ളിക്കാണും.

അയാൾക്കു തന്നോടു നല്ല സ്നേഹമുണ്ട്.

പക്ഷേ, രവി പറയുന്നത് അയാൾ എങ്ങോട്ടോ പോകുകയാണെന്നാണല്ലോ.

അതിനുമുൻപ് തനിക്കയാളെ ഒന്നു കാണാമോ? ഒന്നു കാണണം രണ്ടുവാക്കു സംസാരിക്കണം.

ചീരുവിന്റെ മനസ്സിൽ, അയാളെ കല്യാണം കഴിച്ചാലോ എന്ന ആഗ്രഹം ഉടലെടുത്തു. അയാൾ എവിടുന്നു വന്നതായാലും ആരായാലും വേണ്ടില്ല. ചിലപ്പോൾ അയാൾക്കും സമ്മതമായിരിക്കും. നല്ല മനസ്സുള്ളതുകൊണ്ടല്ലേ, അയാൾ റൗഡി വറീതിൽനിന്നും തന്നെ രക്ഷിച്ചത്!

മഴ തോരുന്ന ലക്ഷണമൊന്നുമില്ല. ഇരുന്ന് കാലുകഴച്ച് ചിരുത അവളുടെ അടുത്തുവന്നു കിടന്നു.

ചോറുണ്ട് കിടന്നിട്ടും രവിക്കുറക്കം വന്നില്ല.

വിളക്കൂതി അവന്റെ അടുത്തുവന്നു കിടക്കുമ്പോൾ ചന്ദ്രിക അവനോടു പറഞ്ഞു.

"മൂത്രം ഒഴിക്കണമെന്നു തോന്ന്യാ. അമ്മേനെ വിളിക്കണം ട്ടോ ന്റെ മോൻ ഒറ്റയ്ക്കു പുറത്തു പോവണ്ടാ."

രവി, ഒരു ദിവസം ഒറ്റയ്ക്കു പുറത്തുപോയതിന്റെ അനുഭവം നല്ല ഓർമ്മയുണ്ട്.

അമ്മ അവന്റെ മുടിയിഴകളിലൂടെ തലോടിക്കൊണ്ടിരുന്നു.

അവന്റെ അപ്പൻ ഈറ്റവെട്ടാൻ പോയി. ഇത്രേം ദിവസമായിട്ടും തിരിച്ചു വന്നിട്ടില്ല. പരമു, ചന്ദ്രൻ, ഉണ്ണിച്ചെക്കൻ എന്നീ ചെറുപ്പക്കാരോടൊപ്പം ഇതുപോലൊരു മഴയത്താണ് പോയത്. ഇന്നോ നാളെയോ എന്താ

യാലും വരുമായിരിക്കുമെന്ന് മനസ്സ് പറയുന്നു.

പുറത്ത് ശക്തിയായി മഴ പെയ്യുന്നുണ്ട്. അടുക്കളയിൽ വെള്ളം ചോരുന്നിടത്ത് പാത്രം വെച്ചിട്ടുണ്ട്. ഇത്തവണ ഓലമേഞ്ഞ മേല്ക്കൂര പുതുക്കിക്കെട്ടിയിട്ടില്ല.

മുത്തപ്പന്മാരോടും പാക്കനാർ ദൈവത്തോടും മനമുരുകി പ്രാർത്ഥിച്ചു.

ഏകദേശം പാതിരാ കഴിഞ്ഞപ്പോഴാണ് ചന്ദ്രിക ഒന്നുറങ്ങിയത്. രവിയുടെ കൈയിൽ മുറുകെപ്പിടിച്ചിരുന്നു, ഉറക്കത്തിലൊന്നും അവൻ എഴുന്നേറ്റു നടക്കാതിരിക്കാൻ.

ചന്ദ്രിക നാലുവരെയേ പഠിച്ചിട്ടുള്ളൂ. അടുത്തുള്ള നായരുടെ വീട്ടിൽ പശുവിനെ നോക്കാൻ എത്തിയ രാമനെ അങ്ങനെയാണ് കാണുന്നത്. പശുവിനെ കറക്കലും പറമ്പു പണിയുമൊക്കെയായി രാമൻ ആ വീട്ടിൽ ത്തന്നെയായിരുന്നു. ചന്ദ്രികയുടെ അമ്മ അവിടത്തെ പുറംപണിക്കാരിയും. അങ്ങനെയാണ് രാമനെ ചന്ദ്രികയുമായി കല്യാണം കഴിക്കുന്നത്. വിവാഹം കഴിഞ്ഞ് പത്തുവർഷം കഴിഞ്ഞാണ് രവി ജനിച്ചത്.

അഗാധമായ ഉറക്കത്തിനിടെ പുറത്ത് ആരുടെയോ വിളികേട്ടാണ് അമ്മയും മകനും ഒരുമിച്ചുണർന്നത്. മഴയൊന്നു കുറഞ്ഞതിനാൽ വിളി വ്യക്തമായും കേട്ടു.

ചന്ദ്രിക ചാടിയെണീറ്റു.

"രവീ... നിന്റപ്പൻ വന്നു."

അവൻ ചാടിയെണീറ്റു.

അമ്മയും മകനും വിളക്കുകത്തിച്ചു വാതിൽതുറന്നപ്പോൾ ഇറയത്ത് മഴ നനഞ്ഞ് രാമൻ നില്ക്കുന്നു!

"ഞാൻ വന്നു!" അയാൾ പറഞ്ഞു. "എന്തൊരു ഉറക്കാ ഇത്?"

"എത്രവട്ടം വിളിച്ചു." രാമൻ പറഞ്ഞു.

ചന്ദ്രികയ്ക്കും രവിക്കും സന്തോഷം അടക്കാനായില്ല.

ഭർത്താവിനോടു ചേർന്നുനിന്ന് അവൾ പറഞ്ഞു.

"ഞങ്ങൾ പേടിച്ചിരിക്ക്യാരുന്നു."

"ങാ. നീയൊരുതോർത്തെടുത്തേ!" രാമൻ അവളോടു പറഞ്ഞു.

കോരൻ വിളക്കുകത്തിച്ച് അയാളുടെ വീട്ടിൽനിന്നും വിളിച്ചു ചോദിച്ചു! "രാമൻ വന്നോടാ?"

"ആ." രാമൻ തല തുവർത്തുന്നതിനിടെ പറഞ്ഞു.

"എല്ലാവരും വന്നില്ല്യേ?"

"ആ." രാമൻ പറഞ്ഞു.

"നേരത്തേ എത്തിയേനെ. കാറ്റിലും മഴയിലും പെട്ടു."

രാമൻ പുറത്തേക്കിറങ്ങി. ചന്ദ്രികയോടും മകനോടും പറഞ്ഞു.

"നിങ്ങള് അകത്തുപൊക്കോ. ചങ്ങാടത്തീന്ന് കുറേക്കൂടി ഈറ്റ കരയിൽ കേറ്റിയിടണം." അതും പറഞ്ഞ് അയാൾ ഇരുട്ടിലൂടെ പുഴയുടെ തീരത്തേക്കോടി.

ചന്ദ്രികയുടെ മനം തെളിഞ്ഞു.

തന്റെ പ്രാർത്ഥനയ്ക്കു ഫലമുണ്ടായി! ഒരു കുഴപ്പവും കൂടാതെ എല്ലാവരും തിരിച്ചുവന്നു.

മുത്തപ്പന്മാരും പാക്കനാർ ദൈവവും കാത്തു.

പരമുവും ചന്ദ്രനും ഉണ്ണിച്ചെക്കനും ചങ്ങാടത്തിൽ നിന്നും ഈറ്റക്കെട്ടുകൾ കരയിലേക്കിട്ടു. രാമൻ ഓടിച്ചെന്ന് അവരെ സഹായിച്ചു. അവസാനം ചങ്ങാടമഴിച്ച് ഈറ്റകൾ കരയ്ക്കിട്ടപ്പോഴും അവർക്കു പിടികിട്ടാത്ത ഒരു കാര്യം അല്പംമുമ്പു നടന്നു.

പാഞ്ചാലിപ്പുഴ വട്ടം കടന്ന് കരയോടടുക്കാൻ നേരത്താണ് ശക്തിയായ കാറ്റ് വീശാൻ തുടങ്ങിയത്. തുള്ളിക്കൊരുകുടം എന്ന കണക്കിൽ മഴയും. ചങ്ങാടം തുഴഞ്ഞുകൊണ്ടിരുന്ന പരമുവിനും രാമനും ചങ്ങാടത്തെ നിയന്ത്രിക്കാനായില്ല. പുഴയിൽ ഒഴുക്കും കൂടിയിരുന്നു. നല്ല ഇരുട്ടും. ഒരു പെട്രോമാക്സ് മാത്രമേ വെളിച്ചം കാണിച്ചിരുന്നുള്ളൂ.

പുഴയിലെ ഒഴുക്കു നിയന്ത്രണാതീതമായതും കരയ്ക്കടുത്ത ചങ്ങാടം കരയിൽനിന്നകലാൻ തുടങ്ങിയതും ഒപ്പം. ആ നിമിഷമാണ് അത് സംഭവിച്ചത്.

പുഴയോരത്തെ ആലിൻതറയിൽനിന്നും ഒരു മനുഷ്യൻ ഓടിവന്ന് പുഴയിലേക്കിറങ്ങി ചങ്ങാടത്തിൽ പിടിച്ച് കരയിലേക്കടുപ്പിക്കുന്നു! ചങ്ങാടത്തിൽ എത്തിപ്പിടിച്ച് അയാൾ ചങ്ങാടത്തെ കരയിലേക്കു വലിച്ചു. അയാളെ അനുസരിക്കാനെന്നവണ്ണം ഈറ്റ കയറ്റിയ ചങ്ങാടം പുഴക്കരയിൽ അടുക്കുന്നു.

"ആരാ അത്?" അവർ മാറിമാറി ചോദിച്ചെങ്കിലും അയാൾ ഒന്നും മിണ്ടിയില്ല. പെട്രോമാക്സിന്റെ വെളിച്ചത്തിൽ അയാളുടെ മുഖവും വ്യക്തമായിരുന്നില്ല.

ചങ്ങാടം കരയ്ക്കടുത്തതോടെ ഓരോരുത്തരായി കരയിലേക്കെടുത്തുചാടി.

അയാളാകട്ടെ ഇരുട്ടിൽ പുഴയിലേക്കിറങ്ങി. നീന്താൻ തുടങ്ങി. മഴയത്ത് അയാൾ നീന്തിപ്പോയത് എവിടേക്കായിരിക്കുമെന്ന് അവർക്കു യാതൊരൂഹവുമുണ്ടായില്ല. അയാൾ ആരാണ് എന്നുപോലും അവർക്ക് പിടികിട്ടിയില്ല.

"ആരാ? ഈ പെരുമഴയത്ത്. നിങ്ങളെങ്ങോട്ടു പോകുന്നു?" അവർ ചോദിച്ചു.

"അക്കരേക്ക്" അയാൾ അങ്ങനെ പറഞ്ഞതുപോലെ അവർക്കു തോന്നി. പിന്നെ ഒന്നും കേട്ടില്ല.

"നമ്മളെ കാത്തത് നമ്മടെ ദൈവാ. പാക്കനാർ." പരമു അവരോടു പറഞ്ഞു.

"ചെലപ്പോ മുത്തപ്പനാവും." ചന്ദ്രൻ പറഞ്ഞു.

അവർ പലതും പറഞ്ഞിരിക്കെ കോളനിയിലുള്ളവരെല്ലാം അങ്ങോട്ടെത്താൻ തുടങ്ങി. പന്തവും വിളക്കുമൊക്കെ കത്തിച്ച് ചാറൽ മഴ നനഞ്ഞാണ് എല്ലാവരും എത്തിയത്. വൃദ്ധരും കുട്ടികളും സ്ത്രീകളുമെല്ലാം

ആ കൂട്ടത്തിലുണ്ട്.

ഈറ്റവെട്ടാൻ പോയവർ അപകടമൊന്നും കൂടാതെ ഈറ്റയുമായി തിരിച്ചുവന്ന സന്തോഷമാണ് എല്ലാവർക്കും.

പുഴക്കരെയുള്ള വിഷ്ണുക്ഷേത്രത്തിൽനിന്നും പ്രഭാതഗീതം കേൾക്കാൻ തുടങ്ങിയപ്പോഴാണ് നേരം വെളുക്കാൻ തുടങ്ങുന്നു എന്ന് എല്ലാവരും അറിഞ്ഞത്.

പത്ത്

മീനഭരണി നാളിൽ മാധവൻ നമ്പൂതിരിയുടെ ഇല്ലംവക വിഷ്ണു ക്ഷേത്രത്തിലേക്കു കോരന്റെയും ചക്കന്റെയും നേതൃത്വത്തിൽ പാക്കനാർ വാദ്യം ആരംഭിച്ചു.

വട്ടമ്മുടി കെട്ടാനും ദാരികവേഷം കെട്ടാനും പുറത്തുനിന്ന് ആൾക്കാർ വന്നു. തുടിയും മരവും കൊട്ടി അവർ പാട്ടും നൃത്തവുമൊക്കെ തുടങ്ങി.

സന്ധ്യക്കു കോരന്റെ കൊട്ടിലിൽ നിന്നാണ് താളമേളം തുടങ്ങിയത്.

കോളനിയിലെ എല്ലാവരും അവിടേക്കെത്തിയിരുന്നു.

ചേന്നനും പരമുവും ചന്ദ്രനുമൊക്കെ പാട്ടുകാർക്കൊപ്പം പാടുകയും താളമിടുകയും ചെയ്തു.

മരം, തുടി, കൊമ്പ് എന്നിവയുടെ നാദസിംഫണി അന്തരീക്ഷത്തിലുയർന്നു.

താലം പിടിച്ചുപോകുന്ന സ്ത്രീജനങ്ങൾക്കു നടുവിലായി കാളീ–ദാരികയുദ്ധം അരങ്ങേറി.

രാത്രിയിൽ വലിയൊരു ഘോഷയാത്രയായി ആ താലിമേളം ക്ഷേത്രത്തിലെത്തി.

പുറമേ നിന്നുള്ളവരും ഇല്ലത്തിന്റെ ചാർച്ചയിൽ പെട്ടിട്ടുള്ളവരുമായി ധാരാളംപേർ ആ അനുഷ്ഠാന കല കാണാനുണ്ടായിരുന്നു.

ഭദ്രകാളിയുടെ തിരുനടയിൽ പാക്കനാർ നൃത്തം എത്തിയതോടെ എല്ലാവരും “അമ്മേ.... ദേവീ” എന്നുച്ചത്തിൽ വിളിച്ചുകൊണ്ടിരുന്നു.

കൊട്ടിന്റെ താളത്തിനനുസരിച്ച്, പെണ്ണുങ്ങൾ മുടിയാട്ടവും തുടങ്ങി.

“ഈ ക്ഷേത്രത്തിന്റെ ചരിത്രത്തിലാദ്യമായിട്ടാ ഈയൊരു പരിപാടി. മാധവൻ നമ്പൂതിരി കൂടെ നില്ക്കുന്നവരോടു പറഞ്ഞു.

“ചരിത്രത്തിൽ തന്നെ ആദ്യാവാനാ സാദ്ധ്യത.” മറ്റൊരു നമ്പൂതിരി അതിനെ പിന്താങ്ങിക്കൊണ്ട് പറഞ്ഞു.

ക്ഷേത്രത്തിനു സമീപം നില്ക്കുകയായിരുന്ന തന്ത്രി പരമേശ്വരൻ നമ്പൂതിരി, മാധവൻ നമ്പൂതിരിയെ വിളിച്ചു പറഞ്ഞു.

“ബഹുകേമം പരിപാടിയായി ല്ലേ? അമ്മേടെ മനസ്സു നെറഞ്ഞു.”

അതുപറയുമ്പോൾ രാത്രിയുടെയും മനസ്സ് നിറഞ്ഞതായി തോന്നി.

വിഷ്ണുക്ഷേത്രത്തിൽ നിന്നു ദീപാരാധന കഴിഞ്ഞു പുറത്തിറങ്ങിയ തന്ത്രിക്കാരനോട് തന്ത്രി നിർദ്ദേശിച്ചു.

“ദേവിക്കു ദീപാരാധന തുടങ്ങിക്കോളൂ.”

അതനുസരിച്ചുകൊണ്ട് ശാന്തിക്കാരൻ ദേവിക്ഷേത്രത്തിലേക്കു നടന്നു. ദീപസ്തംഭത്തിൽ തിരിതെളിച്ചുകൊണ്ട് ശാന്തിക്കാരന്റെ സഹായിയും അവിടെയുണ്ടായിരുന്നു. ദീപാരാധന കഴിഞ്ഞ്, ദേവിയുടെ തിരുനട തുറന്നതോടെ ചക്കൻ ഉറഞ്ഞുതുള്ളാൻ തുടങ്ങി.

കൂടെവന്ന എല്ലാവരെയും അയാൾ കൈയുയർത്തി അനുഗ്രഹിച്ചു.

തലയിൽനിന്നും മുടിയഴിച്ചുവച്ച് കാളിയും ദാരികനും ദേവീ നടയ്ക്കൽ കുമ്പിട്ടു.

മരവും തുടിയും കൊമ്പുമൊക്കെ വാദ്യക്കാർ തിരുനടയിൽവച്ച് തൊഴുതു.

സ്ത്രീകളുടെ മുടിയാട്ടം കണ്ടപ്പോൾ അവരുടെ കൂട്ടത്തിൽ സാക്ഷാൽ ഭഗവതിയും കൂടെയുണ്ടെന്ന് അവിടെ കൂടിയിരുന്നവർക്കെല്ലാം അനുഭവപ്പെട്ടു.

മേൽശാന്തി, ശ്രീകോവിലിൽനിന്നും ഇറങ്ങിവന്ന് എല്ലാവർക്കും പ്രസാദം നല്കി.

ഈ സമയം തന്ത്രി പരമേശ്വരൻ നമ്പൂതിരി ശ്രീകോവിലിനു മുന്നിൽ വന്ന് ദേവിയെ നമസ്കരിച്ച്, ദീപസ്തംഭത്തിനു സമീപത്തെത്തി കൈകൊണ്ടും മനസ്സുകൊണ്ടും ചില കണക്കുകൾ കൂട്ടി എല്ലാവരോടുമായി പറഞ്ഞു.

“ദേവിക്കു സന്തോഷമായിരിക്കുന്നു. നിങ്ങളുടെ കൊട്ടും പാട്ടും കളിയുമൊക്കെ കണ്ട് ആനന്ദത്തിലാറാടി നില്ക്കുകയാണ് അമ്മ. ഇതില്പരം നമുക്കെന്തു വേണം! എല്ലാ കുടുംബങ്ങളിലും സർവ്വ ഐശ്വര്യങ്ങളും സന്തോഷവും സമാധാനവുമുണ്ടാകാൻ അമ്മ അനുഗ്രഹിക്കട്ടെ. തുടർന്നുവരുന്ന എല്ലാക്കൊല്ലവും മീനഭരണിനാളിൽ ഈ ചടങ്ങ് ഇവിടെ നടത്തണമെന്നാണ് കാണിക്കുന്നത്.”

തന്ത്രി പറഞ്ഞതുകേട്ട് അങ്ങോട്ടെത്തിയ മാധവൻ നമ്പൂതിരി ഉറക്കെ പറഞ്ഞു. “തീർച്ചയായും വരും വർഷങ്ങളിലും ഇങ്ങനെതന്നെ നടത്താനാണ് തീരുമാനം.”

“എല്ലാം നല്ലതിന്.” തന്ത്രി പറഞ്ഞു.

“എല്ലാവർക്കും പാരിതോഷികമുണ്ട്.” മാധവൻ നമ്പൂതിരി വിളിച്ചു പറഞ്ഞു.

അദ്ദേഹത്തിന്റെ ഒന്നുരണ്ട് ആശ്രിതർ ഒരു വട്ടച്ചെമ്പ് പിടിച്ചുകൊണ്ടു വന്നു. അതിൽ പുതിയ കസവുമുണ്ടുകൾ അടക്കിവെച്ചിരുന്നു.

മാധവൻ നമ്പൂതിരി കോളനിയിൽ നിന്നുംവന്ന വയസ്സായവരെ മുന്നിലേക്ക് വിളിച്ച്, ആ ചെമ്പിൽനിന്നും ഓരോ കസവുമുണ്ടെടുത്ത് കൊടുത്തു. സ്ത്രീകൾ പോയി വാങ്ങിയില്ല. അവർ ഭവ്യതയോടെ ഒതുങ്ങിനിന്നു.

അതിനുശേഷം കുറച്ചുരൂപയെടുത്ത് മാധവൻ നമ്പൂതിരി കോരനെ വിളിച്ചു കൈയിൽ ഏല്പിച്ച് പറഞ്ഞു.

“പറഞ്ഞതുപോലെ ഇത് കുറച്ചു പണമാണ്. ആർക്കാ, എന്താന്നു വച്ചാ നിങ്ങളുതന്നെ കൊടുത്തോളൂ.”

അവർ ഇതൊന്നും പ്രതീക്ഷിച്ചതല്ല. തിരുമേനി ആവശ്യപ്പെട്ടതുപ്രകാരം മീനഭരണിക്കു ദേവീനടയിലേക്ക് ഒരു താലിമേളം കൊണ്ടുപോയി. അത്രതന്നെ. മുണ്ട്, പണം തുടങ്ങിയ പാരിതോഷികങ്ങളൊന്നും അവർ പ്രതീക്ഷിച്ചതേയില്ല.

സന്തോഷിച്ചു നില്ക്കുന്ന എല്ലാവരോടുമായി മാധവൻ നമ്പൂതിരി പറഞ്ഞു.

“ആരും പോകരുത്. എല്ലാവർക്കുമുള്ള ഊണ് ഇവിടെ തയ്യാറാണ്. എല്ലാവരും വന്ന് അത് കഴിച്ചതിനുശേഷമേ പോകാവൂ. പടിഞ്ഞാറേ വശത്തേക്കു പോന്നോളൂ!”

ക്ഷേത്രത്തിൽ പുനഃപ്രതിഷ്ഠ ചടങ്ങുനടക്കുന്നതിനാൽ ക്ഷേത്രത്തോടു ചേർന്ന് പടിഞ്ഞാറേ വശത്ത് താല്ക്കാലികമായി കെട്ടിയുണ്ടാക്കിയ ഊട്ടുപുരയിലേക്കു എല്ലാവരും ചെന്നു.

എല്ലാവരോടും കൈകഴുകി ഊട്ടുപുരയിലേക്കു കയറിയിരുന്നോളാൻ പറഞ്ഞതുകേട്ട് അവൾ മടിച്ചാണെങ്കിലും അകത്തേക്കു കയറിയിരുന്നു.

അവരുടെ ജീവിതത്തിൽ ആദ്യമായാണ് അവർക്കു തമ്പുരാക്കന്മാർ ഊണു വിളമ്പിക്കൊടുക്കുന്നത്. അവിയലും പുളിശ്ശേരിയും തോരനും സാമ്പാറും പപ്പടവുമൊക്കെയായി വിഭവസമൃദ്ധമായ സദ്യ.

“വയറുനെറഞ്ഞോ.” എന്നു ചോദിച്ച് മാധവൻ നമ്പൂതിരി അവിടെയൊക്കെ നടന്ന് അവരോടു കുശലാന്വേഷണം നടത്തി.

“നിങ്ങൾക്കു നെറഞ്ഞാ ദേവനും ദേവിക്കും നെറഞ്ഞു.” സാത്വീകനായ ആ മനുഷ്യൻ അവരോടു പറഞ്ഞു,

ഭക്ഷണം കൊടുത്ത് അവരെയെല്ലാം അദ്ദേഹം സന്തോഷത്തോടെ പറഞ്ഞയച്ചു.

ഇരുക്ഷേത്രങ്ങളിലെയും ശ്രീകോവിൽ നടയടച്ച് ശാന്തിക്കാർ ഉറങ്ങാൻ പോയി. വിരുന്നുവന്ന നമ്പൂരാക്കന്മാരും കിടക്കാൻ മുറികളിലേക്കു പോയി.

വിഷ്ണുക്ഷേത്രത്തിലെ ചില താന്ത്രികച്ചടങ്ങുകൾ അതിരാവിലെയുള്ളതിനാൽ തന്ത്രി, അദ്ദേഹത്തിന് അനുവദിച്ചുകൊടുത്ത മുറിയിലേക്കു നടന്നു.

മാധവൻ നമ്പൂതിരി അടുക്കളപ്പുറത്തിനപ്പുറത്തുള്ള വിറകുപുരയിലേക്കു നടന്നു പോകുന്നതുകണ്ട ഒരു ആശ്രിതൻ ചോദിച്ചു;

"തിരുമേനി എവിടേക്കാ ഈ ഇരുട്ടത്ത്?"

"ദാ ഇവിടം വരെ." അദ്ദേഹം പറഞ്ഞു.

ഉപയോഗശൂന്യമായി കിടക്കുന്ന വിറകുപുരയുടെ വാതിൽക്കൽ ചെന്ന് മാധവൻ നമ്പൂതിരി വിളിച്ചു.

"ബ്രഹ്മദത്താ, മോനെ ബ്രഹ്മദത്താ."

വിറകുപുരയുടെ അകത്തുനിന്നും ചുമച്ചുകൊണ്ട് അവൻ വാതിൽക്കലേക്കു നടന്നുവന്നു.

"ഊണു കഴിച്ചോ? എപ്പഴാ യാത്ര?" മാധവൻ നമ്പൂതിരി ചോദിച്ചു.

"കഴിച്ചില്ല. വിശപ്പില്ല. തൃപ്പൂണിത്തുറയിലെത്തിയിട്ട് വിവരമറിയിക്കാം." ഊണ് കൊടുത്തയയ്ക്കണ്ടാ." അവൻ മറഞ്ഞു.

"സൂക്ഷിച്ചാലൊക്കെ അവനാനു നന്ന്." എന്നു പറഞ്ഞ് മാധവൻ നമ്പൂതിരി തിരിച്ചു പോന്നു.

ബ്രഹ്മദത്തനറിയാം താൻ തെറ്റുചെയ്തിട്ടില്ലെന്ന്.

സുൽത്താൻ ബത്തേരിയിൽ കുറച്ചുകാലം പാർട്ടി പ്രവർത്തനത്തിനു പോയതാണ്. അവിടത്തെ ആദിവാസികൾക്കിടയിലാണു പ്രവർത്തനം. അറിവോ വിദ്യാഭ്യാസമോ ഇല്ലാതെ വെറും പ്രാകൃതജീവിതം നയിക്കുന്ന ആദിവാസികൾക്കുള്ള എല്ലാ ആനുകൂല്യങ്ങളും അവിടത്തെ ഭരണാധികാരികളും ജന്മിമാരും തട്ടിയെടുക്കുകയായിരുന്നു. അവർക്കുവേണ്ടി പ്രവർത്തിക്കാൻ മറ്റു മൂന്നുപേരും കൂടെയുണ്ടായിരുന്നു.

കൊടും കാട്ടിലൂടെ കാതങ്ങളോളം നടന്നാലേ അവർ വെള്ളം കുടിക്കുന്ന തെളിനീർച്ചോലകാണൂ. ഇത്രയും ദൂരത്തുനിന്നാണ് അവർ കുടിവെള്ളം കൊണ്ടുവന്നിരുന്നത്. ചോർന്നൊലിക്കുന്ന പനയോലയിലാണ് അവർ താമസിക്കുന്നത്. പട്ടിണി, മാറാരോഗങ്ങൾ തുടങ്ങിയ വിഷമതകൾ വേറെ.

അവർക്കുവേണ്ടി ജീവിച്ചപ്പോൾ അവരിലൊരാളായിത്തീർന്നപ്പോൾ, അവരുടെ പട്ടിണിയും അവശതയും തങ്ങളും അനുഭവിച്ചപ്പോൾ വനത്തിലൂടെ പോകുന്നുണ്ടായിരുന്ന അരിവണ്ടി തടഞ്ഞു. ഡ്രൈവറും കൂടെയുണ്ടായ ആളും എതിർത്തപ്പോൾ മല്പിടുത്തമായി. തന്റെ സുഹൃത്ത് രാവുണ്ണി, തോക്കിന്റെ പാത്തികൊണ്ട് അടിച്ചുവീഴ്ത്തി ഡ്രൈവറെ. മറ്റയാൾ എവിടേക്കോ ജീവനും കൊണ്ടോടി. അരിവണ്ടി ആദിവാസിക്കോളനിയിലെത്തിച്ചു. അടിയേറ്റ ഡ്രൈവർ മരിച്ചുവെന്ന് പിന്നീടറിഞ്ഞു.

പിടിക്കപ്പെടുമെന്നറിഞ്ഞതിനാൽ അവിടെനിന്നും മുങ്ങുകയായിരുന്നു. മാവോയിസ്റ്റ് തീവ്രവാദികളായി തങ്ങളെ നാലുപേരെയും മുദ്രകുത്തിക്കാണും.

പക്ഷേ, മരണംവരെ അടിച്ചമർത്തപ്പെട്ടവർക്കും പാവപ്പെട്ടവർക്കും വേണ്ടി താൻ പോരാടുകതന്നെ ചെയ്യും.

ഒരു ടോർച്ച് കൈയിലെടുത്ത്, ബ്രഹ്മദത്തൻ വിറകുപുരയുടെ പുറ

ത്തുകടന്ന് വാതിൽചാരി. ഇരുട്ടിലൂടെ പാടവരമ്പത്തേക്കിറങ്ങി നേരെ നടന്നു.

അതുകണ്ടുകൊണ്ടു നില്പുണ്ടായിരുന്ന മാധവൻനമ്പൂതിരി ക്ഷേത്ര മുറ്റത്തുകൂടെ നടന്ന് ക്ഷേത്രത്തിന്റെ ഗേറ്റിനു മുന്നിൽവന്ന് നിലയുറപ്പിച്ചു.

ഊട്ടുപുരയിലെ പരിചാരകർ അതുകണ്ടെങ്കിലും അദ്ദേഹത്തോട് ഒന്നും ചോദിച്ചില്ല.

ക്ഷേത്രത്തിന്റെ പടിപ്പുരയോടു ചേർന്നുള്ള അത്താണിയിൽ കയ റിയിരിക്കാൻ തുടങ്ങിയപ്പോൾ പ്രതീക്ഷിച്ചതുപോലെ അവരുടെ വാഹനം വന്നെത്തി.

ജീപ്പിൽ നിന്നിറങ്ങി പൊലീസുകാർ നടന്നുവരുമ്പോഴേക്കും തിരു മേനി അങ്ങോട്ടു നടന്നുചെന്നു.

പരിചയക്കാരനായ എസ് ഐ യോട് മാധവൻ നമ്പൂതിരി പറഞ്ഞു.

“സാറേ... അവനിവിടെ ഇല്ല. സാറിനു വിശ്വാസമില്ലെങ്കിൽ ക്ഷേത്ര ത്തിലോ ഇല്ലത്തോ എവിടെ വേണമെങ്കിലും നോക്കിക്കോളൂ.”

മുന്നോട്ടു നടക്കാനാഞ്ഞ എസ് ഐ ഒന്നു നിന്നു. പിന്നെ പറഞ്ഞു:

“പുനഃപ്രതിഷ്ഠാ ചടങ്ങും ഉത്സവവുമൊക്കെയാവുമ്പോൾ ഇവിടെ കാണുമെന്നാണു കരുതിയത്. ഞങ്ങൾ അന്വേഷിക്കുന്നില്ല. തിരുമേനി നുണപറയില്ലെന്ന് ഞങ്ങൾക്കറിയാം.”

എസ് ഐ യും രണ്ടു പൊലീസുകാരും തിരികെച്ചെന്ന് ജീപ്പിലേക്കു കയറിയിരുന്നു.

“വരേണ്ടത് ഞങ്ങളുടെ ഉത്തരവാദിത്വമല്ലേ” എസ് ഐ പറഞ്ഞു.

ജീപ്പ് തിരിച്ചുപോയി.

അവർ അന്വേഷിച്ചാലും അവിടെയൊന്നും അവനെ കാണില്ലെന്ന് തനിക്കറിയാം. അവരും വെറുതേ മിനക്കെടുന്നതെന്തിന്?

അവൻ ചെയ്ത തെറ്റെന്ത് എന്ന് തനിക്കറിയില്ല. എന്തെങ്കിലും തെറ്റു ചെയ്തോ എന്നും അറിഞ്ഞുകൂടാ. താൻ അവനോടോ പൊലീസുകാ രോടോ അതിനെക്കുറിച്ച് ചോദിച്ചിട്ടില്ല; അവരോടു പറഞ്ഞതുമില്ല. കുറ ച്ചുനാൾ മുമ്പത്തെ ചില കേസുകളിൽ അവർ പ്രതിയായതിനാലാവാം പൊലീസ് ഇടയ്ക്കിടെ അന്വേഷിച്ചു വരുന്നത്.

ക്ഷേത്രമതിലിനു പുറത്തുകൂടെ നടന്ന് ഇല്ലത്തേക്കെത്തുമ്പോൾ പൂമുഖത്ത് അന്തർജ്ജനം നില്പുണ്ടായിരുന്നു.

“അറിയാമോ? ഇന്ന് വേറൊരു വാർഷികം കൂടിയാണ്.” അവർ മാധ വൻ നമ്പൂതിരിയോടു പറഞ്ഞു.

“നമ്മുടെ വേളീടെ. അല്ലേ?” കൈകാൽ കഴുകി പൂമുഖത്തേക്കു കയറുമ്പോൾ അദ്ദേഹം ചോദിച്ചു.

“അതു മാത്രമല്ല.” അന്തർജ്ജനം പറഞ്ഞു.

“കഴിഞ്ഞവർഷം ഇതേനാളിലാണ് നാം ഈ മുറ്റത്ത്.” *അടുക്കള യിൽനിന്നും അരങ്ങത്തേക്ക്* അരങ്ങേറിയത്.”

“ഓ.” മാധവൻ നമ്പൂതിരിക്കു ഓർമ്മവന്നു.

വി ടി ഭട്ടതിരിപ്പാടിന്റെ *അടുക്കളയിൽനിന്നും അരങ്ങത്തേക്ക്* എന്ന നാടകം ഇല്ലത്തെ ചാർച്ചക്കാരും മറ്റുചില ആസ്വാദകരുമൊക്കെക്കൂടി ഈ മുറ്റത്ത് അരങ്ങേറിയിരുന്നു. ഇവിടത്തെ അന്തർജ്ജനവും അതിൽ അഭിനയിച്ചു. പുരോഗമന ചിന്താഗതിക്കാരായ ഒരുപറ്റം നമ്പൂതിരിക്കൂട്ടായ്മയായിരുന്നു, അത്.

എത്രയെത്ര നമ്പൂതിരി ഇല്ലങ്ങളിലാണ് ആ നാടകം കൊടുങ്കാറ്റിളക്കിയത്. നമ്പൂതിരി സ്ത്രീകളെ മനുഷ്യരായി പരിഗണിക്കണമെന്ന വിപ്ലവാത്മകമായ ചിന്താഗതിയെ ഉയർത്തിപ്പിടിക്കുന്ന ആ നാടകം ഇവിടത്തെ അന്തർജ്ജനം തന്നെയാണ് ക്രമപ്പെടുത്തിയതും അരങ്ങിലെത്തിച്ചതും. മാധവൻ നമ്പൂതിരിയും അതിലൊരു വേഷം ചെയ്തു.

"ആ നാടകത്തിന്റെ കോപ്പി ഇപ്പോൾ ഇവിടെങ്ങും കാണാനില്ല. അന്തർജ്ജനം പറഞ്ഞു. എത്രയ്ക്കു കരുത്തുറ്റ നാടകമായിരുന്നു, അത്!

ഇപ്പോൾ നമ്മുടെ ഇല്ലത്തും അതുപോലൊരു സാമൂഹ്യ നവോത്ഥാനമല്ലേ നടന്നത്!"

മാധവൻ നമ്പൂതിരിയോട് അവർ പറഞ്ഞു.

നമ്പൂതിരിമാർ നടക്കുന്ന വഴിയിലൂടെ നേരിട്ടു നടക്കാൻപോലും സ്വാതന്ത്ര്യമില്ലാതിരുന്ന പറയ സമുദായത്തിന്റെ കൊട്ടും പാട്ടും നമ്പൂതിരിക്ഷേത്രത്തിൽ അരങ്ങേറുക. ഊട്ടുപുരയിലിരുത്തി അവർക്ക് ഊണുകൊടുക്കുക. സമ്മാനങ്ങൾ നല്കുക. ഇതൊക്കെ മാറ്റം തന്നെയല്ലേ!

"ഇത് ഇങ്ങനെതന്നെ നിലനില്ക്കണം. നാം ചെയ്യുന്നത് കണ്ടിട്ടെങ്കിലും മറ്റുള്ള നമ്പൂതിരിമാർക്കു അധഃസ്ഥിത വർഗ്ഗങ്ങളോടുള്ള മനോഭാവത്തിൽ മാറ്റം വരണം."

അന്തർജ്ജനം പറഞ്ഞതുകേട്ട് മാധവൻനമ്പൂതിരിക്കു അഭിമാനം തോന്നി. സമാനചിന്താഗതിക്കാരിയായ പത്നിയെക്കിട്ടുക എന്നത് അപൂർവ്വമാണല്ലോ.

പതിനൊന്ന്

രാമൻ വീട്ടിൽ ഇറയത്തിരുന്ന് കുട്ട കെട്ടുമ്പോഴാണ് കോരൻ പടി കടന്നുവന്നത്.

ചന്ദ്രിക അതുകണ്ട് മുട്ടിപ്പലക ഇറയത്തേക്കു നീക്കിയിട്ടു പറഞ്ഞു.

"വല്യപ്പൻ ഇരിക്ക്."

രവി വീട്ടിലില്ല. ഇന്നു ഞായറാഴ്ചയാണ്. എവിടേക്കോ പോയിരിക്കുന്നു. എങ്ങോട്ടും ഒറ്റയ്ക്കു പോവണ്ടാ എന്നുപറഞ്ഞാൽ കേൾക്കുകയുമില്ല.

"ഞാൻ വന്നത് ഒരു പ്രധാനപ്പെട്ട കാര്യം പറയാനാ!" മുട്ടിപ്പലകവലിച്ച് അതിന്മേൽ ഇരുന്ന് കോരൻ അവരോടു രണ്ടുപേരോടുമായി പറഞ്ഞു.

"എന്താത്?" രാമൻ ചോദിച്ചു.

"നമ്മുടെ ഭാഗ്യം അല്ലാണ്ടെന്താ പറയാ? മാധവൻ നമ്പൂതിരി ആളെ വിട്ട് അങ്ങോട്ടു ചെല്ലാൻ പറഞ്ഞിരുന്നു. ഞാനും ചക്കനും ഒന്നിച്ചാ പോയേ." കോരൻ പറഞ്ഞു.

"നമ്പൂരി എന്താ പറഞ്ഞേ? മ്മടെ പരിപാടി ഇഷ്ടപ്പെട്ടില്യാന്നുണ്ടോ?"

"ഏയ്," സന്തോഷത്തോടെ കോരൻ തുടർന്നു.

"ബഹുസന്തോഷായീന്ന് പറഞ്ഞാപ്പോരാ. നമുക്കൊരു ഗുണമുള്ള കാര്യം കൂട്യാ പറഞ്ഞേ.

പുനഃപ്രതിഷ്ഠേം ഉത്സവോം ഒക്കെക്കഴിഞ്ഞ് തന്ത്രിപ്രശ്നം വച്ച് നോക്കിയപ്പോ ദേവി ആനന്ദവതിയായിട്ട് ശ്രീകോവിൽ നിറഞ്ഞ് നില്ക്കാണത്രേ. ദേവനും അങ്ങനെതന്നെ.

ദേവീടെ പ്രിയത്തിനു കാരണം മ്മടെ കൊട്ടുംപാട്ടും ആണത്രേ.

സ്ഥിരായിട്ട് മീനഭരണിനാളിൽ അത് വേണംന്ന്. മുടങ്ങിയാ ദേവി

കോപിക്കും.”

രാമനോടു ചേർന്നിരുന്ന് കോരൻ തുടർന്നു.

“ഇപ്പോ, അതല്ല, കാര്യം, ദേവീക്ഷേത്രത്തിലേക്ക് നമ്മളീന്ന് ഒരാള് പൂജയ്ക്കു വേണംന്നാ പ്രശ്നത്തില് കണ്ടേ.”

ആ അത്ഭുത വാർത്ത കേട്ട് രാമൻ ചന്ദ്രികയെ നോക്കി.

“അതിപ്പോ ആരാ?” അതിനുപറ്റിയ ആൾക്കാരു നമ്മുടെ ഇടയില് ഇല്യല്ലോ!”

“ഞാൻ പറഞ്ഞപ്പോ നമ്പൂരി അതൊന്നും സമ്മതിച്ചില്യ!” കോരൻ തുടർന്നു.

“പാക്കനാർ വംശത്തിൽനിന്ന് ഒരാളുതന്നെ പൂജ നടത്തണംന്നാ പ്രശ്നവിധി. അക്കാര്യം നമ്മളോട് ആവശ്യപ്പെടാനാ അങ്ങോട്ട് വിളിപ്പിച്ചത്.”

“ആദ്യമായാണ് ഇങ്ങനെയൊക്കെ കേൾക്കുന്നത്.” രാമൻ പറഞ്ഞു.

നമ്പൂതിരിയുടെ അമ്പലത്തിന് പൂജാരി പറയനോ!

ആർക്കെങ്കിലും വിശ്വസിക്കാനാവുമോ?

“മാധവൻ നമ്പൂരി വെറുംവാക്ക് പറയില്ലാന്നറിയാലോ.” കോരൻ കുറേക്കൂടിക്കാര്യങ്ങൾ വിശദീകരിച്ചു.

“കൊച്ചുകുട്ടി ആയാലും മതിയെന്നാ നമ്പൂരി പറയണേ. പൂജാക്രമങ്ങളൊക്കെ തന്ത്രി പഠിപ്പിച്ചുകൊടുക്കാന്ന്. മൂന്നുമാസം കൊണ്ട് ശാന്തിക്രിയകളൊക്കെ പഠിപ്പിച്ച് അവിടത്തെ ശാന്തിക്കാരനാക്കാന്നാ നമ്പൂരി പറയണോ.”

കോരൻ, ചന്ദ്രികയെയും രാമനെയും മാറിമാറി നോക്കിപ്പറഞ്ഞു.

“ഞങ്ങളതങ്ങ് സമ്മതിച്ചു.”

“ആരാ അതിനു തയ്യാറാവാ?” രാമൻ ചോദിച്ചു.

“രാമാ.” കോരൻ പറഞ്ഞു. “നിന്റെ മകൻ രവിയെത്തന്നെ വിടാമെന്ന ഞങ്ങൾക്കാഗ്രഹം. അതിരാവിലെ ചെന്ന് കുറച്ചുനേരം ശാന്തിക്രിയകളൊക്കെ പഠിച്ച് സ്കൂളീ പോവാലോ!”

“കോരൻ പറഞ്ഞതുകേട്ട് രാമൻ ചന്ദ്രികയെ നോക്കി.

മാധവൻനമ്പൂരി നല്ലൊരു വഴിയാണ് വച്ച് നീട്ടിയിരിക്കുന്നത്.

പൂജാപദ്ധതികളൊക്കെ അറിയാവുന്ന നമ്പൂരിക്കുട്ടികളെ എത്രവേണമെങ്കിലും അവിടുത്തേക്കു കിട്ടും. പക്ഷേ, നമ്മുടെ കുലത്തോടുള്ള സ്നേഹംകൊണ്ടും ദേവിക്കു പാക്കനാർതന്നെ പൂജ നടത്തണമെന്നുള്ള ആഗ്രഹം കൊണ്ടുമല്ലേ നമ്പൂരി ഈയൊരു തീരുമാനമെടുത്തത്.

“എന്തായാലും നമ്മുടെ കുലത്തിനു കിട്ടണ ഒരു ബഹുമതിയായിട്ടു ഞാനിതിനെ കാണണേ.” കോരൻ അവരോടു രണ്ടാളോടുമായി പറഞ്ഞു.

“ഇനി നിങ്ങളു സമ്മതിച്ചാ മതി.”

രവിക്കു സ്കൂൾ പഠിത്തത്തോട് വലിയ താല്പര്യമൊന്നുമില്ലെന്ന് ചന്ദ്രികയ്ക്കും രാമനുമറിയാം.

ശാന്തിപ്പണിയോടു താല്പര്യമുണ്ടെങ്കിൽ അതായിക്കൊള്ളട്ടെ.

കോരൻ തുടർന്നു.

“മാത്രമല്ല, നല്ല നല്ല തന്ത്രിമാരുടെ കീഴിലാവുമ്പോ സകല പൂജകളും പഠിക്കേം ചെയ്യാം. നമ്മുടെ തറവാടു മുത്തപ്പന്മാരുടെ അനുഗ്രഹായി കൂട്ട്യാമതി.”

അതുകേട്ട ചന്ദ്രികയുടെ മുഖം പ്രസന്നമായി. അവളോട് കോരൻ പറഞ്ഞു. “പിന്നെ, അരിക്കും സാമാനത്തിനും ഒരു മുട്ടുണ്ടാവില്ല. നല്ല കാശും കിട്ടും.”

രാമനും ചന്ദ്രികയ്ക്കും പൂർണ്ണസമ്മതമായിരുന്നു.

“ഇന്ന് ഉച്ച കഴിയുമ്പോ രവീനേം കൂട്ടി ഇല്ലാത്തേക്കൊന്നു ചെല്ലാൻ പറഞ്ഞു, നമ്പൂരി. രണ്ടാളും പൊക്കോ.”

കെട്ടിക്കൊണ്ടിരുന്ന കുട്ട അവിടെയിട്ട് രാമൻ അവളോടു ചോദിച്ചു.

“അതിന് അവനെവിട്യാ?”

“ഇവിടെ എവിടങ്ങാണ്ട്ണ്ടാർന്നു!

“പോയി വിളി” അയാൾ അവളോട് ആജ്ഞാപിച്ചു.

ചന്ദ്രിക അവനെ വിളിച്ച് വീടിന്റെ അപ്പുറത്തേക്കു നടന്നു.

“ഇപ്പോ പത്തുപന്ത്രണ്ട് വയസ്സായില്ലേ, അവന്! നല്ല സമയാ.” കോരൻ പറഞ്ഞു.

“മുത്തപ്പൻ ഒരു വഴികാട്ടിത്തന്നതാവും.” രാമൻ ആകാശത്തേക്കു നോക്കി പിറുപിറുത്തു.

പിന്നെ ഈറ്റയൊക്കെ ഒതുക്കിവച്ച് എഴുന്നേറ്റു.

മാധവൻ നമ്പൂതിരി പൂമുഖത്ത് ചാരുകസേരയിലിരുന്ന് ചില പത്രമാസികകൾ മറിച്ചുനോക്കുന്നതിനിടയ്ക്കാണ് രവിയെക്കൂട്ടി രാമൻ പടവുകളിറങ്ങി അവിടെയെത്തിയത്.

“വാ. ഇരിക്ക്.” മാധവൻനമ്പൂതിരി അവരോടു പറഞ്ഞു.

“ഇവിടിരുന്നോളാം.” എന്നു പറഞ്ഞ് രാമൻ കോലായിലെ ഒരറ്റത്തിരുന്നു.

“ഇവനാണല്ലേ!” നമ്പൂതിരി രവിയെ ഒന്നു നോക്കിയിട്ടു ചോദിച്ചു.

“എന്താ പേര്?”

“രവി.” അവർ പറഞ്ഞു.

“കാര്യങ്ങളൊക്കെ കോരൻ പറഞ്ഞില്ലേ.” അദ്ദേഹം രാമനെ നോക്കി ചോദിച്ചു.

“ഉവ്വ്.”

“നിങ്ങളുടെ സമുദായത്തീന്ന് ഒരാൾ വേണം ദേവിയ്ക്കു പൂജ ചെയ്യാൻ എന്നത് പ്രശ്നവിധിയാണ്. എന്നുവച്ചാ, ദേവിയുടെ തീരുമാനം. അതുമാറ്റാൻ നമുക്കാവില്ല.

ഒന്നു നിർത്തിയതിനുശേഷം നമ്പൂതിരി തുടർന്നു.

“കുറച്ചു നാള് ഇവിടെ അതിരാവിലെ എത്തണം. തന്ത്രിയുടെ നിർദ്ദേശമാണ്. പൂജാകർമ്മങ്ങളെക്കുറിച്ചൊക്കെ ഇവിടത്തെ മേൽശാന്തി പഠി

പ്പിച്ചു തരും. ഏകദേശം മൂന്നുമാസംകൊണ്ട് ദേവിക്കു തനിയെ പൂജ ചെയ്യാറാവും. വിശ്വാസവും ലക്ഷ്യബോധവുമുണ്ടെങ്കിൽ അതിനുമുൻപേ ആവാം."

മാധവൻ നമ്പൂതിരി രവിയെ നോക്കി പറഞ്ഞു. "രാവിലെ ശാന്തിപഠനം കഴിഞ്ഞാ സ്കൂളിലും പോവാം. രണ്ടും മുടങ്ങില്ല. വൈകുന്നേരവും വരാം. നടയടച്ചാൽ പോവാലോ."

രവി തലകുലുക്കി സമ്മതിച്ചു.

"ഞങ്ങളുടെ ഭാഗ്യാണ്." രാമൻ പറഞ്ഞു.

"ഇതു തീരുമാനിച്ചത് ഞാനല്ല. ദേവിയാണ്. പാക്കനാർ പൂജ ചെയ്യുന്നതാണത്രേ. അവിടുത്തേക്കിഷ്ടം." നമ്പൂതിരി ദേവിയെ ധ്യാനിച്ച് പറഞ്ഞു.

കുറച്ചുനേരം അവർക്കിടയിൽ നിശ്ശബ്ദതയുണ്ടായി.

"എന്നാ പൊക്കോളൂ."

മാധവൻ നമ്പൂതിരി പറഞ്ഞതുകേട്ട് രാമൻ എഴുന്നേറ്റു.

"മറക്കണ്ടാ." അദ്ദേഹം അവരെ ഓർമ്മിപ്പിച്ചു.

"വെള്ളിയാഴ്ച രാവിലെ ആറുമണിക്കെത്തണം. അന്ന് തന്ത്രിയുണ്ടാവും. പഠനം അന്ന് തുടങ്ങാം."

രാമനും രവിയും തിരിഞ്ഞു നടക്കുമ്പോൾ അദ്ദേഹം ഓർമ്മിപ്പിച്ചു.

"അറിയാമോ? ലോകത്തുതന്നെ ഇത് ആദ്യമായിട്ടായിരിക്കും. സാധാരണ ബ്രാഹ്മണക്ഷേത്രത്തിൽ പറയസമുദായക്കാരെ ശാന്തി ചെയ്യിക്കാറില്ല. ശാന്തിപ്പണി പഠിപ്പിക്ക്യാറുമില്ല. അതിനു തുടക്കമിടുന്നത് ഈ മേപ്പൂരില്ലത്തീന്നാ."

ഒന്നു നിർത്തിയിട്ട് അദ്ദേഹം ആത്മഗതം പറഞ്ഞു.

"അതിന് കുറേപ്പേരോട് ഞാൻ മറുപടി പറയേണ്ടിവരും."

അതുകേട്ടുകൊണ്ടെന്നവണ്ണം പൂമുഖത്തേക്കു കടന്നുവന്ന അന്തർജ്ജനം അതിനു മറുപടി പറഞ്ഞു.

"സാരല്യന്നേ. നിക്കുന്നോര് നിക്കട്ടെ. പോകുന്നോര് പോകട്ടെ."

ആ വാക്കുകൾ ആശ്വാസമായിത്തോന്നി മാധവൻനമ്പൂതിരിക്ക്.

"മേപ്പൂർ ഇല്ലത്തെ ഇപ്പോഴത്തെ കാരണവർ മാധവൻനമ്പൂതിരിയാണെന്നതു സത്യം. ക്ഷേത്രത്തെ സംബന്ധിച്ച പല കാര്യങ്ങളിലും തീരുമാനമെടുക്കാനുള്ള അധികാരവും അത് പ്രാവർത്തികമാക്കാനുള്ള കടമയും അദ്ദേഹത്തിൽത്തന്നെയാണ്.

എന്നാൽ, മേപ്പൂരില്ലത്തുനിന്നും കൊടുത്തുപോയിട്ടുള്ള രണ്ട് സ്ത്രീജനങ്ങളുടെ അഭിപ്രായംകൂടെ ഇക്കാര്യത്തിൽ തേടേണ്ടതായിരുന്നില്ലേ"യെന്നാണ് ഉദയൻ നമ്പൂതിരി പറഞ്ഞത്.

മാധവൻ നമ്പൂതിരിയുടെ മൂത്തസഹോദരിയെ വേളികഴിച്ച ആൾ.

രണ്ടാമത്തെ സഹോദരിയെ വേളികഴിച്ച സുബ്രഹ്മണ്യൻ നമ്പൂതിരിയും ഈ അഭിപ്രായക്കാരൻ തന്നെ.

ഉദയൻ നമ്പൂതിരി തന്റെ അഭിപ്രായം വീണ്ടും അവതരിപ്പിച്ചുകൊ

ണ്ടിരുന്നപ്പോൾ മാധവൻ നമ്പൂതിരി പറഞ്ഞു.

"തന്ത്രി പ്രശ്നത്തിൽ കണ്ട കാര്യം നിർദ്ദേശിച്ചു. നമ്മളത് നടപ്പാക്കുന്നു. അത്രമാത്രം. നിർദ്ദേശിച്ചത് തന്ത്രിയാണെന്നും തീരുമാനം ഭഗവതിയുടേതാണെന്നും മറക്കണ്ടാ."

ഉദയൻ നമ്പൂതിരി പിന്നൊന്നും മിണ്ടിയില്ല.

ഊണു കഴിഞ്ഞിരിക്കുന്ന സമയത്തു സുബ്രഹ്മണ്യൻ നമ്പൂതിരി വന്ന് അയാളോടു പറഞ്ഞു.

"ഇനീപ്പോ അധഃസ്ഥിത വർഗ്ഗത്തിനായി ക്ഷേത്രം തുറന്നു കൊടുക്കോ ആവോ." അതാണെന്റെ പേടി.

"അതിനും അമാന്തിക്കാത്ത ആളാ. പിന്നെ നമ്മളൊക്കെ പുറത്താവും. അല്ല, മേപ്പൂരില്ലത്തേക്കു ഇനി പടികേറാണ്ടിരുന്നാൽ പോരേ?"

അവരുടെ പരസ്പരം സംസാരം കേട്ടുവന്ന മാധവൻ നമ്പൂതിരി അവരോടു പറഞ്ഞു.

"ജാതിഭേദം ഇന്നുവരെ ഇല്ലാത്തസ്ഥലാ ഈ ഇല്ലപ്പറമ്പും ആ ക്ഷേത്രവും. ഇവിടെ ആർക്കും എതിരഭിപ്രായവുമില്ല. എതിർക്കുന്നവർക്കു ബന്ധം അവസാനിപ്പിച്ച് പോകാം."

അതുകേട്ടതോടെ അവർ പിരിഞ്ഞുപോയി.

"നമ്മുടേത് ഒരു മാതൃകാ ക്ഷേത്രമായി മാറണം എന്നാണെന്റെ ആഗ്രഹം." മാധവൻ നമ്പൂതിരി തന്നോടുതന്നെ പറഞ്ഞു.

വാതില്ക്കൽ വന്നുനിന്ന അന്തർജ്ജനത്തോട് അദ്ദേഹം തുടർന്നു.

"എന്റെ കാലശേഷം ഈ ക്ഷേത്രം നടത്തിക്കൊണ്ടുപോകാൻ ആരുമുണ്ടാവില്ലെന്നറിയാം. അങ്ങനെയൊരു ലക്ഷണം കണ്ടാൽ ഈ ക്ഷേത്രം ദേവസ്വം ബോർഡിനു എഴുതിക്കൊടുക്കും. അങ്ങനയെങ്കിലും നമ്മൾ കത്തിക്കുന്ന മാറ്റത്തിന്റെ തിരി നാടുമുഴുവനും പടരണം."

തിണ്ണയിൽ വന്നിരുന്ന് അദ്ദേഹം തുടർന്നു:

"അധഃസ്ഥിതരുടെ കുട്ടികൾക്കു ശാന്തി പഠിക്കാനായി ഒരു പാഠശാല ക്ഷേത്രത്തോടു ചേർന്നു സ്ഥാപിക്കണം. ആചാരം മുൻപേ തുടങ്ങിവച്ചാൽ ദേവസ്വവും അത് നടപ്പാക്കും. നമ്പൂതിരി മാത്രമല്ല അധഃസ്ഥിതരും മനുഷ്യരാവുന്ന കാലമായിരിക്കുമത്."

ആ രാത്രി ഉറങ്ങാൻ കിടന്ന രവി ഒരു സ്വപ്നം കണ്ടു.

പാഞ്ചാലിപ്പുഴയുടെ തീരം.

പേരാലിന്റെ തറയിൽ പാക്കനാരുടെ സാങ്കല്പിക പ്രതിഷ്ഠാസ്ഥലത്തുനിന്നും, തലയിൽ വട്ടമ്മുടി കെട്ടിയ ഒരാൾ അലറിക്കൊണ്ടു ചാടിയെഴുന്നേല്ക്കുന്നു.

ചുവന്ന കണ്ണുകളിൽ രൗദ്രഭാവം തിളച്ച്, കൈയിൽ പള്ളിവാൾ ഓങ്ങി പാഞ്ഞുവരികയാണ്.

ചുവന്ന പട്ടുടുത്ത്, കാലിൽ ചിലങ്ക കെട്ടിയ അയാൾ രവിയുടെ വീടിനു മുൻപിലെത്തി അവനെ കുറേത്തവണ പേരുചൊല്ലി വിളിച്ചു.

വിളികേട്ട് അവൻ മുറ്റത്തേക്കിറങ്ങിച്ചെന്നു.

അപ്പനോ അമ്മയോ ഒന്നും അടുത്തില്ല.

മുറ്റത്തേക്കിറങ്ങിച്ചെന്ന രവിക്കു നേരെ ആ രൂപം വാൾവീശി.

വെട്ടിത്തിളങ്ങുന്ന പള്ളിവാൾ അവന്റെ കഴുത്ത് കണ്ടിച്ചു.

"അമ്മേ." അവൻ ഉറക്കത്തിൽ നിന്നും ഞെട്ടിയുണർന്ന് ഒച്ചയെടുത്തു.

"എന്താടാ?" അവന്റെ ഒച്ചകേട്ട് ചന്ദ്രിക വിളിച്ചു ചോദിച്ചു.

ഇറയത്തു കിടപ്പുണ്ടായിരുന്ന രാമൻ ഉറക്കെ ഒന്നു ചുമച്ചു.

അപ്പൻ ഇറയത്തു കിടക്കുന്നുണ്ടല്ലോ എന്ന ധൈര്യം അവനുണ്ടായി.

"ഇതിപ്പോ പതിവായി." ചന്ദ്രിക, രാമനോടു പരാതി പറഞ്ഞു.

അതുകേട്ട രാമൻ ഇരുട്ടത്തേക്കു നോക്കിവിളിച്ചു പറഞ്ഞു. "ആരായാലും ഇങ്ങോട്ടു കളി വേണ്ടാട്ടോ." രാമൻ എഴുന്നേറ്റ് മുറ്റത്തേക്കിറങ്ങി.

ഏതോ പ്രേതശല്യമാണെന്നു കരുതി രാമൻ മുറ്റത്തുനിന്ന് കുറച്ച് ചരൽ മണ്ണുവാങ്ങി വീട്ടിനുചുറ്റും നടന്ന് നാലുമൂലയിലും ഇട്ടു.

പെട്ടെന്ന് അയാളുടെ മേലേക്ക് എന്തോ ചാടിവീണു.

"അമ്മേ..." പിന്നിലേക്കു മലർന്നുവീണ രാമൻ നിലവിളിച്ചുപോയി.

വീടിന്റെ തെക്കേവശത്തു നിന്നും വന്ന ഭീമാകാരനായ ഒരു പോത്ത് മലർന്നുകിടക്കുന്ന രാമന്റെ ഇരുവശത്തും കൈകാലുകൾവച്ച് നിവർന്നു നിന്നു. നേരിയ പ്രകാശത്തിൽ അതിന്റെ വളഞ്ഞ കൊമ്പുകൾ രാമൻ കണ്ടു.

അയാൾ നിലവിളിച്ചെങ്കിലും ശബ്ദം പുറത്തുവന്നില്ല. നാവിറങ്ങിയവനെപ്പോലെ ഭീകരൻ പോത്തിന്റെ കാല്ക്കീഴിൽ രാമൻ കിടന്നു.

പന്ത്രണ്ട്

രാമനെ ഒടിയൻ തട്ടിയ വാർത്ത കോളനിയിൽ പിറ്റേന്നു തന്നെ പരന്നു.

നേരം വെളുത്തപ്പോൾ തെക്കേ മുറ്റത്തുകിടക്കുന്ന രാമനെ ചന്ദ്രികയാണു കണ്ടത്. ഇറയത്ത് ഉറങ്ങാൻ കിടന്ന ആൾ എങ്ങനെയാണ് തെക്കേപ്പുറത്തെത്തിയതെന്നറിയാതെ അവൾ മുഖത്തു വെള്ളം തളിച്ചപ്പോഴാണ് അയാൾക്കു ബോധം വന്നത്.

"പോത്ത്... പോത്ത്!" രാമൻ പേടിയോടെ പിറുപിറുത്തു.

ചക്കൻ മന്ത്രവാദി തന്റെ ചൂരൽ കൊണ്ടുവന്ന് രാമനെ ദേഹമാസകലം ഒന്നുഴിഞ്ഞു.

ഇറയത്ത് ക്ഷീണിതനായി കിടന്ന രാമൻ വല്ലാതെ ഭയപ്പെട്ടിരുന്നെങ്കിലും ചക്കൻ വന്ന് തിരികത്തിച്ച് അയാളുടെ മുഖത്തേക്കു കൊണ്ടുവന്നപ്പോൾ കണ്ണുതുറന്നു.

കോരൻ, ചേന്നൻ, ഉണ്ണിച്ചെക്കൻ, പരമു, ചന്ദ്രൻ തുടങ്ങി എല്ലാവരും അവിടെയെത്തിയിരുന്നു.

ഇതുപോലൊരു മാരണ പ്രയോഗം അടുത്തകാലത്തൊന്നും അവിടെ നടന്നിട്ടില്ല. ഒടിവിദ്യ ചെയ്യുന്ന പലതും അക്കരെയുള്ള പാണക്കോളനിയിലുണ്ട്. പണ്ടുകാലത്ത് അവിടന്ന് ഇങ്ങോട്ടും ഇവിടന്ന് അങ്ങോട്ടും ഒടി പ്രയോഗങ്ങളുണ്ടായിരുന്നു.

മരിച്ചുപോയ മാക്കോതയ്ക്കാണ് അവസാനമായി ഒടിയന്റെ ആക്രമണമുണ്ടായത്. കുട്ടയും മുറവും വില്ക്കാൻ പോയപ്പോൾ ഏതോ പണനുമായി എന്തോ പറഞ്ഞ് വഴക്കായി. രാത്രിയിൽ വെള്ളാഞ്ചിറ ഷാപ്പിലെ കള്ളുകുടിച്ച് വരുംവഴി മാക്കോതയുടെ മുൻപിലേക്ക് ഒരു പോത്ത് വട്ടം ചാടി. പെരുവഴിയിൽ കുറേനേരം ബോധംകെട്ടു വീണുകിടന്ന മാക്കോത

കാർന്നമ്മാരുടെ അനുഗ്രഹംകൊണ്ടാണ് എഴുന്നേറ്റ് നടന്ന് വീടെത്തിയത്. പിന്നെ തിരിച്ചടി കൊടുക്കാൻ മറന്നില്ല. ആനമറുതയെ ഉപയോഗിച്ച് അങ്ങോട്ടൊരു മാരണപ്രയോഗം. ശത്രുവിനെ പിന്നെ ഈ നാട്ടിലെങ്ങും ഒരിടത്തും കണ്ടിട്ടില്ല.

ഇതിപ്പോ, ആരാ രാമന് ഒടിവയ്ക്കാൻ? എല്ലാവരും പരസ്പരം ചോദിച്ചുകൊണ്ടിരുന്നു.

"കണ്ടോ! ഒരു നല്ല കാര്യത്തിന് പോകാൻ തുനിഞ്ഞപ്പഴേ മാരണങ്ങള് വന്നു!" ചന്ദ്രിക ഭയത്തോടെ പറഞ്ഞു. ചിരുതയും ചീരുമൊക്കെ അവളെ സമാധാനിപ്പിച്ചു.

തലേരാത്രി താൻകണ്ട സ്വപ്നത്തെക്കുറിച്ച് മാത്രം രവി ആരോടും പറഞ്ഞില്ല.

ചക്കൻ, ചൂരൽ വീടിന്റെ മുറ്റത്ത് കുത്തി, ചതുരത്തിലൊരു വരവരച്ചു. പിന്നെ വീടിനുചുറ്റും ഒരു വരവരച്ച് തിരിച്ചുവന്ന് കിഴക്കോട്ടു നോക്കി ഉറക്കെ, തന്റെ ഉപാസനാ മൂർത്തിയോടു ആവശ്യപ്പെട്ടു.

"നാളെ നേരം വെളുക്കുന്നതിനുമുമ്പ് ഇതിന്റെ ഫലം അറിയണം, ട്ടോ. അല്ലെങ്കി നിങ്ങൾക്കു അരിയുമില്ല, തിരിയുമില്ല."

തന്റെ കൈയിലിരുന്ന ചൂരൽവടി ഒന്നു കുടഞ്ഞ് ചക്കൻ എല്ലാവരേയും നോക്കി പറഞ്ഞു.

"എല്ലാരും ധൈര്യായിട്ട് പൊക്കോ. ഇനി ഞാൻ കാത്തോളാം."

ഈറ്റവെട്ടാൻ പോയപ്പോൾ കാട്ടിൽവച്ചുണ്ടായ ചില അനുഭവങ്ങൾ രാമന്റെ ഓർമ്മയിലെത്തി.

ഈറ്റക്കാട്ടിൽ ഒറ്റയാനിറങ്ങിയ സമയം. നാലുപേരും പതുങ്ങിയിരിക്കുകയായിരുന്നു. ഏകദേശം ഒരു മണിക്കൂറോളം ഈറ്റക്കാട്ടിൽ മേഞ്ഞതിനുശേഷമാണ് ഒറ്റയാൻ തിരിച്ചുപോയത്. ഉടനെ മൂർച്ചയേറിയ വെട്ടുകത്തികളുമായി നാലുപേരും ഈറ്റക്കാട്ടിലേക്കിറങ്ങി തങ്ങൾക്കാവശ്യമുള്ള ഈറ്റകൾ വെട്ടിയെടുക്കാൻ തുടങ്ങി.

രണ്ടുപേർ ചേർന്ന് മൂത്ത ഈറ്റകൾ വെട്ടിയെടുത്ത് മുകളിലേക്കു കൊടുക്കുമ്പോൾ രണ്ടുപേർ അതുവാങ്ങി. പ്രത്യേകം കെട്ടുകളാക്കിക്കൊണ്ടിരിക്കുമ്പോഴാണ് രണ്ട് ആദിവാസികൾ തേൻശേഖരിക്കാൻ പോകുന്നതിനിടെ അവിടെയെത്തിയത്.

കൂട്ടത്തിൽ വൃദ്ധനായ ആദിവാസി പറഞ്ഞു. "മതി മതി... മടങ്ങിപ്പോങ്കേ."

അയാളുടെ ആജ്ഞാസ്വരം ഇഷ്ടപ്പെടാതിരുന്ന പരമു വെട്ടുകത്തിയുമായി അങ്ങോട്ടു ചെന്നു.

"ഞങ്ങളിതൊക്കെ വെട്ടിയെടുത്തേ പോകുന്നുള്ളൂ."

"നാങ്കൾ സൊല്ലിക്കൊടുക്കും." യുവാവ് അവരെ വെല്ലുവിളിച്ചു. ഫോറസ്റ്റുകാരെ കണ്ടാൽ വിവരമറിയിക്കും എന്നാണ് ആദിവാസി യുവാവ് പറഞ്ഞതെന്നു മനസ്സിലാക്കിയ രാമൻ തന്റെ വെട്ടുകത്തി ഓങ്ങിക്കൊണ്ട് അയാൾക്കു നേരെചെന്നു അലറി.

"നീ പോയി സൊല്ല്."

ഇത് തങ്ങളുടെ കാടാണെന്നും അതിന്റെ അവകാശം തങ്ങൾക്കാണെന്നും പറഞ്ഞ ആദിവാസികളും രാമനും തമ്മിൽ മല്പിടുത്തമായി പരമു ഓടിച്ചെന്ന് അതിലിടപ്പെട്ട് വയസ്സൻ ആദിവാസിക്കു രണ്ടു തല്ലു കൊടുത്തു.

തല്ലുകൊണ്ട ആദിവാസികൾ ഒരു പ്രത്യേക ശബ്ദത്തിൽ കൂവിയപ്പോൾ എവിടെനിന്നോ കുറേക്കൂടി ആദിവാസികൾ പാഞ്ഞെത്തി. രാമനെയും പരമുവിനെയും പിടിച്ച് വൃക്ഷത്തോടു ചേർത്തു കെട്ടിയിട്ടു. ശബ്ദം കേട്ട് ഈറ്റക്കാട്ടിൽനിന്നും ചന്ദ്രനും ഉണ്ണിച്ചെക്കനും കേറിവന്ന് ആദിവാസികൾക്കു മുന്നിൽ മാപ്പിരന്നു.

ആദിവാസികളുടെ നേതാവെന്നു തോന്നിക്കുന്ന വൃദ്ധനായ ഒരാൾ ഇടപെട്ടു. ധാരാളംപേർ കാട്ടിൽവന്ന് ഈറ്റവെട്ടിക്കൊണ്ടുപോകുന്നത് എല്ലാവർക്കും അറിയാവുന്നതാണ്. കാട്ടിലേക്ക് ഈറ്റ വെട്ടാൻ പോകുന്നവർ ആദിവാസികൾക്കു കൊടുക്കാൻ ധാരാളം പുകയിലകൊണ്ടു പോകും, അവരെ തൃപ്തരാക്കാൻ. ആദിവാസികൾ പ്രത്യുപകാരമായി ചിലപ്പോൾ തേനാണ് കൊടുക്കുക.

ചന്ദ്രൻ തങ്ങളുടെ സഞ്ചിയിൽ കരുതിയിരുന്ന പുകയിലക്കെട്ടെടുത്ത് വൃദ്ധന്റെ കൈയിൽ കൊടുത്തു. പുകയില കണ്ടതോടെ മറ്റെല്ലാ ആദിവാസികളുടെയും മുഖം തെളിഞ്ഞു. വെട്ടിയിട്ട ഈറ്റയുമെടുത്ത് കാടിറങ്ങിക്കോളാൻ അവർ അനുമതി കൊടുത്തു.

ഈറ്റക്കെട്ടുകളെല്ലാം പുഴയുടെ തീരത്തെത്തിച്ച അവർ പോരാൻ കൂട്ടാക്കിയില്ല. തേനെടുക്കാൻവന്ന ആദിവാസികളെല്ലാം തിരിച്ചുപോയപ്പോൾ ഒരു ദിവസംകൂടെ അവിടെ തങ്ങി കുറേക്കൂടി ഈറ്റവെട്ടിയിട്ടേ നാലുപേരും തിരിച്ചുപോന്നുള്ളൂ.

ആദിവാസികൾക്കു ഉപാസനാ ദേവതകളായി ചാമുണ്ഡിയും മറുതലയുമൊക്കെയുള്ളതിനാൽ അവർ വല്ല മാരണപ്രയോഗവും ചെയ്തതാകാമെന്ന ശങ്കയും നാലുപേർക്കും ഇല്ലാതില്ല.

മരിച്ചുപോയ മാക്കോത തന്റെ ചെറുപ്പകാലത്ത് ഈറ്റവെട്ടാൻ പോയപ്പോൾ കിഴക്കൻ മലയിലെ ആദിവാസികൾക്കു പുകയില കൊടുത്ത് ചങ്ങാത്തം സ്ഥാപിച്ചെന്നും സന്തുഷ്ടരായ ആദിവാസികൾ അദ്ദേഹത്തിന് ഒരു വലിയ മത്തങ്ങയിൽ അവരുടെ ഉപാസനാ മൂർത്തിയെ ആവാഹിച്ച് കൊടുത്തയച്ചെന്നും ഉള്ളത് എല്ലാവർക്കും അറിയാവുന്നതാണ്. ആ മൂർത്തിയാണ് മരണംവരെ മാക്കോതയെ പരിരക്ഷിച്ചുകൊണ്ടിരുന്നത്.

കോരൻ സന്ധ്യക്കു കൊട്ടിലിൽ വിളക്കുവച്ചു നില്ക്കുമ്പോഴാണ് മറ്റു രണ്ടുപേരോടൊപ്പം ചേന്നൻ മുറ്റത്തേക്കു കടന്നുവന്നത്. ചേന്നൻ അവരെ പരിചയപ്പെടുത്തി.

"ഇവര് പൊരുന്നുംകുന്നീന്നാ. നായന്മാരുടെ വീട്ടില് പോത്ത് ചത്തൂന്ന്." ചേന്നൻ പറഞ്ഞു.

"അധികം വൈകണ്ടാ." വന്നവരിൽ ഒരാൾ പറഞ്ഞു. "ഇപ്പൊത്തന്നെ

പോകാം."

"അതുകേട്ട കോരൻ ചേന്നനോട് പറഞ്ഞു.

"പരമൂനേം ചന്ദ്രനേം ഉണ്ണിച്ചെക്കനേം കൂട്ടിക്കോ. ഇരുട്ടത്ത് എനിക്കു നടക്കാൻ വയ്യാ! കണ്ണും ശരിക്കു പിടിക്ക്യാണ്ടായി."

കൂടെവന്ന രണ്ടുപേരെയും അവർ തിരിച്ചയച്ചു.

*** *** ***

ഇറയത്ത് സന്ധ്യാദീപം വയ്ക്കുകയായിരുന്ന ചന്ദ്രികയുടെ സമീപത്തേക്കു നടന്നുവന്ന ചക്കൻ അഭിമാനപൂർവ്വം ചോദിച്ചു. "ഇപ്പഴോ?"

ഇറയത്തിന്റെ ഒരു മൂലയിലിരുന്ന് കുട്ട നെയ്യുകയായിരുന്ന രാമനോട് ചക്കൻ തുടർന്നു.

"വൈകുന്നേരത്തിന് ഫലണ്ടായില്ലേ തിരിച്ചടി കൊടുത്തതാ. പോത്തിന് പോത്ത്. മ്മടെ മുത്തപ്പനേ വെറുതേ ഇരിക്ക്യണ ആളല്ല."

മുട്ടിപ്പലകയിൽ ഇരുന്ന് ചക്കൻ തന്റെ കാൽമുട്ടുഴിഞ്ഞു.

രാമന് ആരോ ഒടിവച്ചപ്പോൾ പ്രതിക്രിയ ചെയ്തതാണ്. കിട്ടേണ്ടിടത്ത് കിട്ടി. അല്ല; രാമനോട് നായന്മാർക്കു എന്താണിത്ര വിരോധം? രാമന്റെ അപ്പൻ കാലങ്ങൾക്കുമുമ്പ് ഏതോ ഒരു മേനോനുമായി വഴക്കുണ്ടാക്കിയെന്നു രാമൻ കേട്ടിട്ടുണ്ട്. അപ്പൻ പോയിട്ട് കൊല്ലം അഞ്ചായി.

"ഞാനാരോടും തെറ്റൊന്നും ചെയ്തിട്ടില്ലല്ലോ." രാമൻ സ്വയം പറഞ്ഞു.

ഇത്തരം ക്ഷുദ്ര പ്രയോഗങ്ങൾ എന്നാണ് അവസാനിക്കുകയെന്ന് അകത്ത് പുസ്തകം വായിച്ചിരിക്കുന്ന രവി ചിന്തിച്ചു.

ഒടി പ്രയോഗത്തെക്കുറിച്ച് കോരനപ്പൂപ്പൻ പറഞ്ഞ ചില കാര്യങ്ങൾ അവന്റെ ഓർമ്മയിലെത്തി.

ക്ഷുദ്ര കർമ്മങ്ങളിലൂടെ ഗർഭിണികളുടെ ഗർഭം അലസിപ്പിച്ച് ഭ്രൂണം പുറത്തെടുത്ത് അതിനെ ഔഷധമാക്കിയാണ് ആദ്യകാലത്ത് ഒടിപ്രയോഗം നടത്തിയിരുന്നതത്രെ. ഒടിപ്രയോഗം നടത്തുന്ന ആൾ ആ നഗ്ന മേനിയാകമാനം പുരട്ടി മന്ത്രപ്രയോഗത്താൽ എതിരാളി വരുന്ന വഴിയിലോ താമസിക്കുന്ന വീടിന്നടുത്തോ ചെല്ലും. ഏതു മൃഗത്തിന്റെ രൂപമാണോ ഒടിയൻ സങ്കല്പിക്കുന്നത്, അതേ രൂപം തന്നെയായിരിക്കും. ശത്രുവിനും കാണാനാകുക. ഒടിയനെ കണ്ടുപേടിച്ചാൽ, ആ പേടി മരണത്തിലേ അവസാനിക്കൂ എന്നാണ് ചൊല്ല്.

രാമന് ആരോ ഒടിവച്ചപ്പോൾ ചക്കൻ തിരിച്ചടിച്ചു. അതിന്റെ പ്രത്യാഘാതമാണ് മേനോൻമാരുടെ പോത്ത് ചത്തത് എന്നാണ് ചക്കൻ പറഞ്ഞതിന്റെ സാരം.

പരമുവും ചന്ദ്രനും ഉണ്ണിച്ചെക്കനും മറ്റൊരാളും കൂടി ചത്ത പോത്തിനെ തണ്ടിൽ കെട്ടിക്കൊണ്ടുവരുമ്പോൾ നേരം പാതിരാകഴിഞ്ഞു.

കോരന്റെ വീടിന്റെ പടിഞ്ഞാറേ വശത്ത് അതിനെ കിടത്തി.

അതിനെ "ശരിയാക്കി" പങ്കുവയ്ക്കുമ്പോഴേക്കും നേരം വെളുത്തു.

വെളുപ്പിന് നല്ല മഴ പെയ്തു.

കാലവർഷം ശക്തിപ്രാപിക്കുക തന്നെയാണ്.

“ഞാനിപ്പോൾ വരാ”മെന്നു അമ്മയോടു പറഞ്ഞ് ചീരു കുടയെടുത്ത് പുറത്തിറങ്ങി. മഴക്കാറ്റടിച്ച് മുഖം തണുത്തു.

പാടത്തും പറമ്പിലുമൊക്കെ വെള്ളം കേറിയിരിക്കുന്നു! കെട്ടിക്കിടക്കുന്ന വെള്ളത്തിൽ പുതുതുള്ളികൾ നൃത്തംചെയ്തു.

പാവാട പൊക്കിപ്പിടിച്ച് കെട്ടിക്കിടക്കുന്ന വെള്ളത്തിലൂടെ അവൾ പാടത്തേക്കു നടന്നു.

പുഞ്ചപ്പാടത്ത് വെള്ളം കേറിയതുകണ്ട് അവളുടെ മനമുരുകി.

തൂമ്പ തോളിൽവച്ച് ചേമ്പില ചൂടി പാടത്തേക്കു വല്ലായ്മയോടെ നോക്കിനില്ക്കുന്ന പേങ്ങൻ പുലയൻ അവളെ കണ്ടപ്പോൾ പറഞ്ഞു:

“മഴയിങ്ങനെ പെയ്താ കൃഷിയൊക്കെ പോവും.”

ചെളിയിൽ കാല് പൂണ്ടുപോകാതെ അവൾ തെങ്ങിൻതോപ്പിലേക്കു നടന്നു.

സമീപത്തെ തോടു നിറഞ്ഞ് തെങ്ങിൻതോപ്പിലും വെള്ളം കയറിയിരിക്കുന്നു.

രവി പറഞ്ഞ ആളുടെ മാടമാണ് അവൾ അന്വേഷിച്ചത്.

കൈതക്കാടുകൾക്കപ്പുറം മുറ്റത്ത് വെള്ളം കയറിയനിലയിൽ ഒരു ഓലക്കുടിൽ അവൾ കണ്ടു. ഓലകളൊക്കെ നനഞ്ഞ്, വീണു തുടങ്ങിയിരിക്കുന്നു.

ആ മഴയത്ത്, മഴ കൊള്ളാതെ ഒരു തെങ്ങിനോട് ചേർന്നുനില്ക്കുന്ന രവിയെ അവൾ കണ്ടു.

“ചേച്ചീ... ആ മാടത്തിലായിരുന്നു, കണ്ണമുത്തൻ.” അവൻ അവളോടി, മാടം ചൂണ്ടിക്കാട്ടി പറഞ്ഞു.

മുറ്റം മുഴുവൻ വെള്ളം കയറിയ ആ ഓലക്കുടിൽ കണ്ടപ്പോൾ അവൾക്കു നന്നേ വിഷമം തോന്നി.

അയാൾ എവിടെപ്പോയെന്നോ ഇനി എന്നു വരുമെന്നോ രവിക്കോ അവൾക്കോ നിശ്ചയമില്ല.

“വാ.” അവൾ അവനെ വിളിച്ച് തന്റെ കുടയിൽ നിർത്തി.

മഴ കൂടുന്നതല്ലാതെ, കുറയുന്ന മട്ടില്ല.

“പാടത്തും പറമ്പിലുമൊക്കെ വെള്ളം പൊങ്ങുകയാണല്ലോ.” അവൾ അവനോടു പറഞ്ഞു.

അവർ കൈതത്തോട് കടന്ന്, വെള്ളത്തിലൂടെ പറമ്പിലൂടെ നടന്നു.

“നീയിന്ന് സ്കൂളി പോണില്ലേ?” അവൾ ചോദിച്ചു.

“ഏയ്.” അവൻ പറഞ്ഞു.

കൈതക്കാട്ടിൽ നിന്നും ഒരു കുളക്കോഴി പറന്നുപോയി.

ഉച്ചതിരിഞ്ഞ്, റിട്ടയേഡ് മാസ്റ്റർക്ക് ഒരു മുറം കൊടുക്കാനായി പോയി തിരിച്ചു വരുംവഴി കോരൻ ഇടവഴിയിലെത്തിയപ്പോഴാണ് എതിരേ മഴ നനഞ്ഞുവരുന്ന കറുമ്പനെ കണ്ടത്.

പാണക്കോളനിക്കപ്പുറത്തു താമസിക്കുന്ന കുറുമ്പൻ ഒടിപ്രയോഗ

ക്കാരനാണെന്നാണ് കേൾവി. ആർക്കുവേണ്ടിയും ഒടിവിദ്യ ചെയ്യും. കാശ് കൊടുത്താൽ മതി.

കോരനു സമീപമെത്തിയപ്പോൾ മുള്ളുവേലിയോട് ചേർന്നുനിന്ന് കറുമ്പൻ പറഞ്ഞു:

“പാക്കനാരേ, അത് വേറൊരാൾക്കുവച്ച പ്രയോഗാരുന്നു. ആള് തെറ്റിയതാ. രാമന് വേറൊന്നും പറ്റിയില്ലല്ലോ?”

ചെറുപ്പക്കാരനായ കറുമ്പനോട് അതുകേട്ട് കോരൻ പറഞ്ഞു.

“രാമനെന്തു പറ്റാൻ! ഞങ്ങടെ മുത്തപ്പന്മാര് വെറുതെ ഇരിക്കുന്നവരല്ലല്ലോ. തിരിച്ചടീം കൊടുത്ത്ട്ട്ണ്ട്.”

“മേനോന്റെ പോത്ത് ചത്തു.” കറുമ്പൻ പറഞ്ഞു.

“അത് എത്തേണ്ടിടത്ത് എത്തി.” വയറു തടവിക്കൊണ്ട് കോരൻ മുന്നോട്ടു നടന്നു.

“കൊന്നതും നീയേ. തിന്നതും നീയേ..” കറുമ്പൻ പിറുപിറുത്തു കൊണ്ട് തന്റെ വഴിയേ നടന്നു.

പതിമൂന്ന്

"ദേവിക്കു നിങ്ങളെങ്ങനെയാണ് പൂജ ചെയ്യുന്നത്?"

പരമേശ്വരൻ തന്ത്രി രവിയോടു ചോദിച്ചു.

രവി അവന്റെ അപ്പനോടൊപ്പം അതിരാവിലെ ക്ഷേത്രത്തോടു ചേർന്നു ശാന്തിമഠത്തിലെത്തിയതാണ്.

തന്ത്രിക്കു ദക്ഷിണവയ്ക്കാനുള്ള അടക്കയും വെറ്റിലയും ഒരു ഒറ്റ രൂപയും അവന്റെ കൈയിൽ കൊടുത്ത് രാമൻ തിരിച്ചുപോയി.

അതിനുമുമ്പ് അവർ ആദ്യം പോയത് മാധവൻനമ്പൂതിരിയെ കാണാനായിരുന്നു.

"തന്ത്രി വന്നിട്ടുണ്ട്. ചെല്ല്. നന്നായി വരും." രവിയെ കൈയുയർത്തി അനുഗ്രഹിക്കാതെതന്നെ മാധവൻ നമ്പൂതിരി പറഞ്ഞു.

"പറയുന്നതൊക്കെ മനസ്സിലാക്കിത്തരണേ എന്ന് ദേവിയോടു പ്രാർത്ഥിക്ക്." അദ്ദേഹം പറഞ്ഞു.

ദേവിയുടെ ക്ഷേത്രം വലംവച്ചാണ് അവർ ശാന്തിമഠത്തിലേക്കുപോയത്.

മേൽശാന്തി ദിവാകരൻ പോറ്റി അവനെ വീക്ഷിക്കുന്നുണ്ടായിരുന്നു. അയാൾ പൂക്കൾ വൃത്തിയാക്കിക്കൊണ്ടിരുന്ന കീഴ്ശാന്തിക്കാരനോടു പറഞ്ഞുകൊടുത്തു. "പൂജ പഠിക്കാൻ വന്ന പറയൻ ചെക്കനാ."

അയാൾ പിന്നെ പിറുപിറുത്തു. "അല്ലാ, ഭഗവതിക്കു അവരുടെ പൂജ തന്നെ മതീന്ന്ച്ചാ വേറെ വഴിയില്യാലോ."

കോരനപ്പൂപ്പന്റെ കൊട്ടിലിലിലും മറ്റും കണ്ടിട്ടുള്ള കാര്യങ്ങൾ രവി തന്ത്രിയോടു വിശദീകരിച്ചു.

"ഞങ്ങൾ കള്ള് കൊണ്ടാണ് ദേവിയ്ക്കും മുത്തപ്പനും നിവേദ്യം വയ്ക്കാറ്.

അവില്, മലര്, പഴം, ഇളനീർ എന്നിവയും പെടും.

ചാത്തൻ കോഴിയെ കഴുത്തറുത്ത് ബലി നടത്തും.

തുള്ളിയുറഞ്ഞാടിവരുന്ന കോമരം കഴുത്തറുത്ത കോഴിയുടെ ചോര വലിച്ചു കുടിക്കും."

കോഴിയെ വേവിച്ച് എല്ലാവർക്കും നല്കും.

കളംവരച്ച് അതിനു ചുറ്റും തുള്ളിയാടും.

തുടിയും മരവുമെടുത്ത് കൊട്ടും.

സ്ത്രീകൾ മുടിയാട്ടം നടത്തും.

മുടികെട്ടി കാളിയും ദാരികനുമാവും.

ദേവി, മുത്തപ്പൻ, കുടുംബപരദേവത, നീചമുത്തപ്പൻ എന്നിവർക്കെല്ലാം നിവേദ്യങ്ങളർപ്പിക്കും."

എല്ലാം ശ്രദ്ധാപൂർവ്വം കേട്ടിരുന്ന തന്ത്രി അവനോടു പറഞ്ഞു:

"കൊള്ളാം. വാമാചാരമാണല്ലേ. ദേവി അതിലും തൃപ്തയാണ്. എന്നാൽ ഇതൊരു ക്ഷേത്രമാണ്. ഇവിടെ ശുദ്ധപൂജയാണ്. ഇവിടത്തെ ദേവിക്കു ചെയ്യേണ്ടുന്ന പൂജാവിധിയെക്കുറിച്ച് ഞാനല്പം പറഞ്ഞുതരാം. പിന്നെ, പൂജ പഠിപ്പിക്കുന്നത് മേൽശാന്തിയാണ്. മുടങ്ങാതെ വരാൻ നോക്കണം."

തന്ത്രി അത്രയും പറഞ്ഞപ്പോൾ രവി കൈയിൽ കരുതിയിരുന്നു ദക്ഷിണാസാമഗ്രികൾ അദ്ദേഹത്തിന്റെ പാദത്തിൽ വച്ച് അദ്ദേഹത്തെ നമസ്കരിച്ചു.

"ഇതൊന്നും വേണ്ടിയിരുന്നില്ല."

തന്ത്രി അവനോടു തുടർന്നു.

"പറയുന്നത് ശ്രദ്ധിച്ചു കേൾക്കണം. മനസ്സിലാവാത്തത് ചോദിക്കണം. ദേവിയെ പൂജിക്കാനുള്ള ആഗ്രഹമുണ്ടാകണം. ഇതൊക്കെയുണ്ടെങ്കിലേ വിദ്യ പ്രകാശിക്കൂ. വിജയിച്ചേ പിൻവാങ്ങൂ എന്ന വാശിയും വേണം. കേട്ടോ."

തല തലകുലുക്കി.

"ഇതൊരു വലിയ മാറ്റമാണ്." തന്ത്രി തുടർന്നു: "നിങ്ങടെ ജാതിയിൽപ്പെട്ടവരെ സാധാരണ ഞങ്ങളേതുപോലുള്ളവരുടെ ക്ഷേത്രങ്ങളില് പൂജ ചെയ്യിക്കാറില്ല. എന്റെ നാല്പതുവർഷത്തെ താന്ത്രിക ജീവിതത്തിൽ അങ്ങനെയൊന്ന് സംഭവിച്ചിട്ടേയില്ല. പ്രശ്നത്തിലങ്ങനെ കണ്ടപ്പോ ഇവിടത്തെ തിരുമേനി താല്പര്യപൂർവ്വം തയ്യാറായതാണ്. അപ്പോൾ, അങ്ങനെയൊരു അവസരം കൈവരുമ്പോൾ, അത് വേണ്ടവണ്ണം വിനിയോഗിക്കുകയാണ് നിങ്ങൾ ചെയ്യേണ്ടത്. എതിർപ്പുകളും പഴിചാരലുകളുമൊക്കെ ഉണ്ടാവാമെങ്കിലും അമ്മേടെ അനുഗ്രഹമുണ്ടെങ്കിൽ അതിനെയൊക്കെ തരണംചെയ്ത് ഈ രംഗത്ത് ശോഭിക്കാം. എന്താ?"

രവി തലയാട്ടി കേട്ടു.

താൻ ജീവിതത്തിന്റെ പുതിയൊരു മേഖലയിലേക്കു പ്രവേശിക്കുകയാണെന്ന ബോധം അപ്പോഴാണ് അവനുണ്ടായത്.

അല്പസമയം കഴിഞ്ഞപ്പോഴേക്കും മേൽശാന്തി ദിവാകരൻ പോറ്റി അങ്ങോട്ടു കടന്നുവന്നു.

"ഞാ, ഇതാണ് ഞാൻപറഞ്ഞ കുട്ടി." തന്ത്രി അയാൾക്കു രവിയെ പരിചയപ്പെടുത്തിക്കൊടുത്തു.

"ഇന്നു മുതൽ കൂടെ കൂടിക്കോ."

അത്രയും പറഞ്ഞ് തന്ത്രി എഴുന്നേറ്റ് രവിയോടു നിർദ്ദേശിച്ചു.

"ശരിക്കു പറഞ്ഞാൽ ഇന്നുമുതൽ താൻ ദേവിയുടെ പൂജാരിയായി ക്കഴിഞ്ഞൂന്ന് മനസ്സിൽ കരുതണം. പിന്നെ ചെയ്യേണ്ടതൊക്കെ ഉള്ളീന്ന് തോന്നിക്കോളും."

അതുംപറഞ്ഞ് തന്ത്രി മേൽശാന്തിയോടു പറഞ്ഞു: "ഞാനിറ ങ്ങുന്നു."

ശാന്തിമഠത്തിൽ നിന്നിറങ്ങിയ തന്ത്രി നേരെപോയത് മാധവൻ നമ്പൂ തിരിയെ കാണാനാണ്.

രവിയുടെ സംസ്കാരത്തെയും ആരാധനാ സമ്പ്രദായത്തെക്കുറിച്ചും ചോദിച്ചറിഞ്ഞ മേൽശാന്തിക്ക് ഇവരെല്ലാം എത്രമാത്രം അധമമായ സമ്പ്ര ദായമാണ് അനുവർത്തിക്കുന്നതെന്നു തോന്നി.

പുനഃപ്രതിഷ്ഠകഴിഞ്ഞ നാളുകളായതിനാൽ ക്ഷേത്രത്തിൽ ഭക്ത ജനങ്ങൾ പതിവിലും ഏറെയുണ്ടായിരുന്നു.

അധഃസ്ഥിതനായ രവി ഇവിടെ ഒരു പൂജാരിയായാൽ ഭാവിയിൽ ഈ ക്ഷേത്രത്തിൽ എത്ര ഭക്തജനങ്ങൾ എത്തിച്ചേരുമെന്ന് കണ്ടറിയ ണമെന്നാണ് മേൽശാന്തി പരിഹാസപൂർവ്വം ചിന്തിച്ചത്.

പൂക്കൾ വേർതിരിച്ചെടുക്കാനുള്ള ജോലി രവിയെ ഏല്പിച്ച് രണ്ടു ക്ഷേത്രങ്ങളിലും അയാൾ പൂജയും നിവേദ്യവുമൊക്കെ കഴിച്ച് ഭക്തജ നങ്ങൾക്കു പ്രസാദം വിതരണം ചെയ്തു.

പ്രസാദം വാങ്ങി, നെറ്റിയിൽ തൊടുന്നതിന്നിടെ സ്ഥിരസന്ദർശന ക്കാരിയായ പാർവ്വതി വാരസ്യാർ, മേൽശാന്തി പോറ്റിയോടു രവിയെക്കു റിച്ച് ചോദിച്ചു:

"തിടപ്പള്ളീലിരുന്ന് പൂക്കളൊരുക്കുന്ന ആ പുതിയ ശാന്തിക്കാരൻ കുട്ടി ഏത് ഇല്ലത്ത്യേ?"

എന്തു മറുപടി പറയണമെന്നറിയാതെ ശാന്തിക്കാരൻ പോറ്റി അല്പ നേരം നിശ്ശബ്ദനായി.

ഏത് ഇല്ലം!

പറയനാണെന്ന് പറയാമോ?

മാധവൻ നമ്പൂതിരിയുടെ തലയുടെ പിരി അല്പം ലൂസായിത്തുട ങ്ങീന്നല്ലേ അവരൊക്കെ വിചാരിക്കൂ!

"തിരുമേനി കൊണ്ടുവന്നതാ. പുതിയ ആളാ!" അങ്ങനെ മാത്രമേ പോറ്റിക്കു പറയാൻ കഴിഞ്ഞുള്ളൂ.

ഭക്തർ ഏറെക്കുറെ പോയിക്കഴിഞ്ഞപ്പോൾ പോറ്റി, രവിയോട് കുറേ ക്കൂടി കാര്യങ്ങൾ ചോദിച്ചറിഞ്ഞു.

തന്ത്രി ഇതൊന്നും അറിഞ്ഞിട്ടുണ്ടാവില്ലെന്നു കരുതിയ പോറ്റി ഇതൊക്കെ അദ്ദേഹത്തെ അറിയിക്കാമെന്നു കരുതി, അദ്ദേഹം പോകുന്നതിനു മുമ്പേ ഇല്ലത്തേക്കു ചെന്നു.

യാത്രയാകാൻ തുടങ്ങുന്ന തന്ത്രിയോട് മാധവൻ നമ്പൂതിരി എന്തോ പറഞ്ഞുകൊണ്ടു നില്ക്കുന്നതാണു കണ്ടത്.

പോറ്റി പുതിയൊരുകാര്യം തന്ത്രിയെ അറിയാക്കാനെന്ന രീതിയിലാണു സംസാരിച്ചത്.

"തിരുമേനീ, ആ ചെക്കനില്ലേ! കള്ളും ചാരായേം കോഴീം തവിടുമൊക്കെ നിവേദിക്ക്യണ കൂട്ടരാ. തനി വാമാചാരം."

എന്നാൽ പോറ്റിയെ അമ്പരപ്പിക്കുന്നതായിരുന്നു പരമേശ്വരൻ തന്ത്രിയുടെ വാക്കുകൾ.

"ഞാനത് അറിഞ്ഞു. ആ കുട്ടി ചണ്ഡാലനോ എന്ത് ആചാരം ആചരിക്കുന്നവനോ ആവട്ടെ. അയാൾടെ ആചാരല്ല, ഇവിടത്തെ ആചാരാ നോക്കേണ്ടത്. മേപ്പൂര് ഭഗവതീടെ പൂജ അയാളെ പഠിപ്പിക്ക്യ. അത്രേ വേണ്ടൂ. അയാളെ നന്നാക്കാൻ നോക്കണ്ട." തന്ത്രി പറഞ്ഞു.

പോറ്റി തലകുനിച്ച് നിന്നതേയുള്ളൂ.

മാധവൻ നമ്പൂതിരിയോട് യാത്രപറഞ്ഞ് തന്ത്രി പരമേശ്വരൻ നമ്പൂതിരി മുന്നോട്ടു നടക്കുന്നതിന്നിടെ തിരിഞ്ഞുനിന്ന് പോറ്റിയോടു പറഞ്ഞു:

"വൈകിക്കരുത്. അടുത്ത മീനഭരണിവരെ കാക്കാൻ ആവില്യ. കൂടിയാൽ മൂന്നുമാസം. എന്നുവച്ചാ. എന്റെ അടുത്ത മൂന്നാമത്തെ വരവിന് ആ കുട്ടിയായിരിക്കണം ദേവിക്കു പൂജ ചെയ്യേണ്ടത്."

തന്ത്രിയുടെ സ്വരത്തിന് ആജ്ഞയുടെ ചുവയുണ്ടായിരുന്നു.

ക്ഷേത്രത്തിലേക്കു തിരികെപ്പോകുന്ന പോറ്റിയോട് മാധവൻ നമ്പൂതിരി പറഞ്ഞു:

"കുറച്ചുകഴിഞ്ഞാ ഒക്കെ ശര്യാവും."

ആ സ്വരത്തിൽത്തന്നെ ഒരു താഴ്ത്തിക്കെട്ടലിന്റെ ചുവ ഉണ്ടായില്ലേ എന്നും പോറ്റിക്കു തോന്നാതിരുന്നില്ല.

രവി അന്ന് സ്കൂളിലെത്തിയപ്പോൾ സമയം പത്ത് കഴിഞ്ഞു.

ചരിത്രാദ്ധ്യാപകന്റെ ആദ്യ പിരിയഡ് തുടങ്ങിക്കഴിഞ്ഞു.

നേരം വൈകിയതിന്റെ കാരണം രവി അദ്ദേഹത്തോടു പറഞ്ഞു.

അത്ഭുതത്തോടെയാണ് അദ്ദേഹം ആ വാർത്തകേട്ടത്.

"സാമൂഹ്യ പരിവർത്തനത്തിന്റെ പുതിയ നാളുകൾ വരികയാണോ?" എന്നാണ് ആ വാർത്തകേട്ടപ്പോൾ തനിക്കു തോന്നിയതെന്ന് അദ്ധ്യാപകൻ അവനോടു പറഞ്ഞു.

"ഒരു ദിവസം സ്കൂളിൽനിന്നും പോകുമ്പോൾ മേപ്പൂർ ഇല്ലത്ത് ഒന്നു കയറണം." അദ്ദേഹം അവനോടു പറഞ്ഞു: "ആ തിരുമേനിയേയും ഒന്നു കാണണം."

പരീക്ഷയ്ക്കു മാർക്കു കുറവാണെന്ന് അദ്ദേഹം അവനെ താക്കീത് ചെയ്തു. മലയാളം ഒഴികെ എല്ലാവിഷയത്തിലും അവൻ പിന്നിലായി

രുന്നു. മലയാളത്തിൽ കവിതകളുടെയും കഥകളുടെയും ഓരോരോ ഭാഗങ്ങളാണ് പഠിക്കാനുള്ളതെന്നാലാണ് അവന് മലയാളം വഴങ്ങിയത്.

എങ്കിലും ഇനി പഠിപ്പ് മുന്നോട്ടു കൊണ്ടുപോകാൻ അവന് തീരെ താല്പര്യമില്ലായിരുന്നു.

ചരിത്രാദ്ധ്യാപകൻ അവനു പറഞ്ഞുകൊടുത്തു.

"വിദ്യകൊണ്ടേ പ്രബുദ്ധനാവാൻ പറ്റൂ. വിദ്യയുണ്ടെങ്കിൽ എവിടെയെങ്കിലും തൊഴിൽകിട്ടും. തൊഴിൽ കിട്ടിയാൽ നമ്മുടെ ജീവിതനിലവാരം ഉയരും. നാലാളുടെ മുന്നിൽ നിവർന്നു നില്ക്കാം!"

അവൻ അത് ശ്രദ്ധാപൂർവ്വം കേട്ടു.

"അടിസ്ഥാന വിഭാഗങ്ങൾക്കിടയിലാണ് ഉയർച്ച വേണ്ടത്. പഠിക്കാതിരുന്നാൽ പിന്നെന്തു ചെയ്യും? അപ്പനപ്പൂപ്പന്മാർ ജീവിച്ച വഴിയിലൂടെത്തന്നെ ജീവിക്കാനാകുമോ? എന്നും ഇങ്ങനെ കുട്ടയും മുറവുമൊക്കെ നെയ്തു വിറ്റ് ജീവിക്കാമെന്നു കരുതുന്നത് മണ്ടത്തരമാണ്. നിങ്ങളുടെ കാർന്നമ്മാർക്കു പഠിക്കാനൊള്ള സാഹചര്യമൊന്നും ഇല്ലായിരുന്നു. പഠിക്കാനുള്ള അവസരം ലഭിച്ച നിങ്ങൾ പഠിച്ച് ഒരു തൊഴിൽ നേടുകയാണു വേണ്ടത്. എങ്കിലേ മറ്റുള്ളവരുടെ മുൻപിൽ അഭിമാനപൂർവ്വം തലയുയർത്തി നില്ക്കാൻ പറ്റൂ.

"എന്നാൽ, നിർഭാഗ്യമെന്നു പറയട്ടെ നിങ്ങളെപ്പോലുള്ളവരുടെ ഇടയിൽ പഠിക്കാൻ താല്പര്യമുള്ളവർ വളരെ കുറവാണ്. അതിനു മാറ്റം വരണം."

മാഷ് പറഞ്ഞത് എത്രയും ശരിയാണെന്ന് രവിക്കു തോന്നി.

അവന്റെ അപ്പനും അമ്മയ്ക്കും അവനെ പഠിപ്പിച്ച് വലിയ നിലയിലാക്കണമെന്നാണല്ലോ ആഗ്രഹം.

രവി, മേപ്പൂർക്ഷേത്രത്തിൽ ശാന്തിക്കാരനായി ചേർന്ന വിവരം ആ നാടെങ്ങും പരന്നു.

കോളനിയിലെ എല്ലാവരും അവനെ അത്ഭുതത്തോടെയും ആദരവോടെയും നോക്കി. ക്ഷേത്രത്തിലെ കാര്യങ്ങളെക്കുറിച്ച് വിശേഷം ചോദിക്കാനും തുടങ്ങി.

പലരുടെയും വർത്തമാനം കേട്ടാൽ തോന്നുക മേപ്പൂർ ഇല്ലവുമായി രാമന്റെ കുടുംബം ഏതോ ബന്ധംവച്ചപോലെയാണ്.

രണ്ടുദിവസമായി നിർത്താതെപെയ്ത മഴയിൽ മിക്ക വീടുകളും ചോർന്നൊലിക്കുന്നുണ്ട്.

രാമനും പരമുവും ചന്ദ്രനും കോരനും വീടുകെട്ടാനുള്ള ഓലയെടുക്കാനായി ജന്മിയായ കേശവൻ വൈദ്യന്റെ വീട്ടിലെത്തി. കേശവൻ വൈദ്യന്റെ വലിയ വീടിനുചുറ്റും വെള്ളം പൊങ്ങിയിരിക്കുന്നതാണ് അവർ കണ്ടത്. വെള്ളം കയറിയ പാടവരമ്പത്തു കൂടെയാണ് അങ്ങോട്ടു നടന്നു വന്നത്.

ഉയരംകൂടിയ ഇറയത്തുനിന്നുകൊണ്ട് കേശവൻ വൈദ്യർ ഭാര്യയോട് എന്തോ പറഞ്ഞിട്ട്, മുറ്റത്തെ വെള്ളത്തിലേക്കിറങ്ങിയപ്പോഴാണ്

അവരെ കണ്ടത്.

"ഓലയ്ക്കാരിയിക്കും. ലേ?" വൈദ്യൻ അവരോടു ചോദിച്ചു.

"പെര കെട്ടിയിട്ടില്ല." രാമൻ പറഞ്ഞു.

"ദേ മുട്ടിനൊപ്പം വെള്ളം പൊന്തി." തന്റെ കൃഷിസ്ഥലം ചൂണ്ടിക്കാട്ടി കേശവൻ വൈദ്യൻ പറഞ്ഞു:

"കണ്ടില്ലേ, പാടവും പറമ്പുമെല്ലാം വെള്ളത്തിലാ. മഴ ചതിച്ചു. കൃഷി മൊത്തം പോയി. ആ തെങ്ങു കയറ്റക്കാരൻ വരാമെന്നു പറഞ്ഞിട്ട് ഈ നേരംവരെ വന്നില്യ. ഇനി വന്നാത്തന്നെ താഴെവീഴണ തേങ്ങ ഒഴുകിപ്പോകാണ്ട് പറുക്കിയെടുക്കാൻ രണ്ടാളെ നിർത്തണം."

കേശവൻ വൈദ്യൻ കുട ചൂടിക്കൊണ്ട് വെള്ളത്തിലൂടെ വീടിന്റെ തെക്കേമുറ്റത്തേക്കു നടന്നു.

അവരും പിന്നാലെ കൂടി.

"വെള്ളമൊന്ന് ഇറങ്ങാതെ പട്ടയൊക്കെ എങ്ങനെയാ പെറുക്കിക്കൂട്ടാ?" വൈദ്യൻ അവരോടു ചോദിച്ചു. പിന്നെ ആത്മഗതം പറഞ്ഞു.

"വൈദ്യര് വല്യ കൃഷിക്കാരനാണെന്നാ നാട്ടാരുടെ ചൊല്ല്. കേളിക്കു നായാട്ട്, കൂട്ടാത്തിന് ഇറച്ചിയില്യാന്ന് പറഞ്ഞതാ ഇവിടത്തെ സ്ഥിതി. ഇപ്പഴത്തെ കാലത്ത് കൃഷിയൊക്കെ പണിക്കാരെവെച്ച് ചെയ്യിക്കാനൊക്കുമോ! മകനൊരുത്തൻ ബോംബേന്ന് അയച്ചുതരണ കാശോണ്ടാന്ന് ഇവിടെ കഴിഞ്ഞുകൂടുന്നതെന്ന് പറഞ്ഞാൽ ആരെങ്കിലും വിശ്വസിക്കുമോ? ഇല്ല."

പിശുക്കനായ കേശവൻവൈദ്യർ, ഓലയ്ക്കു വന്നവർ പണം കടം ചോദിക്കാതിരിക്കാനാണ് ഇത്രത്തോളം പറഞ്ഞതെന്ന് അവർക്കു മനസ്സിലായി.

തന്റെ പറമ്പിൽ പട്ടയോ ഓലയോ ഇല്ലെങ്കിൽ അവരെല്ലാം തോമാപ്ലായുടെ അടുക്കൽ ചെല്ലുമെന്ന് നന്നായറിയാവുന്ന വൈദ്യർ അവരെ കൂടെക്കൂടിയിട്ടു പറഞ്ഞു:

"നമുക്കു ആ തെക്കേപ്പറമ്പ് വരെ ഒന്നു പോയിനോക്കാം. അവിടത്തെ തെങ്ങുകൾ തേങ്ങ തരുന്നില്ലെന്നേയുള്ളൂ. ഇഷ്ടംപോലെ പട്ട തരും."

അവരെ തെക്കേപ്പറമ്പിലേക്കു കൊണ്ടുപോയി കേശവൻ വൈദ്യൻ പറഞ്ഞു:

"വെള്ളം നോക്കണ്ടാ. പട്ട മുഴുവൻ വലിച്ചുകൂട്ടിക്കോ."

വെള്ളം പൊന്തിക്കിടക്കുന്ന വിശാലമായ നെൽവയലിലേക്കും പറമ്പിലേക്കും നോക്കിയ കേശവൻ വൈദ്യർക്കു വല്ലാത്ത വിഷമംതോന്നി.

ഇതുവരെ ശമിച്ചിരുന്ന മഴ വീണ്ടും തുടങ്ങുകയാണ്.

ഇത് വല്ല വെള്ളപ്പൊക്കമോ മറ്റോ ആണോ!

പതിനാല്

രണ്ടു ദിവസംകൂടി മഴ അതുപോലെ തുടർന്നതിനാൽ പാടത്തും പറമ്പിലുമൊക്കെ പൊന്തിയ വെള്ളം ഇറങ്ങിയില്ലെന്നു മാത്രമല്ല കുറച്ചുകൂടി പൊന്താൻ തുടങ്ങി.

തെങ്ങിൻതോപ്പിലെ മാടത്തിന്റെ തറയോളം വെള്ളം പൊന്തിയിരിക്കുന്നത് സങ്കടത്തോടെയാണ് ചീരു നോക്കിനിന്നത്. മഴ ഇങ്ങനെ തുടർന്നാൽ ഏറെ താമസിയാതെ, പാടവും പറമ്പുമൊക്കെ വെള്ളത്തിൽ മുങ്ങും. ആ മാടത്തിന്റെ സ്ഥിതിയും അതുതന്നെ.

അയാളെ കാണാത്ത വേദനയോടെ അവൾ തിരിച്ചുനടന്നു. ഇനി അയാൾ തിരിച്ചുവരില്ലെന്നാണ് രവി പറഞ്ഞതെങ്കിലും എന്നെങ്കിലുമൊരിക്കൽ അയാൾ ഇവിടേക്കു വരുമെന്നുതന്നെ അവൾ പ്രതീക്ഷിച്ചു.

രാമന്റെ പുരകെട്ടായിരുന്നു. പുര മുകളിൽ കയറിയിരിക്കുന്ന ചന്ദ്രനും പരമുവിനും താഴെനിന്ന് കോരനും രാമനും ഓല എറിഞ്ഞുകൊടുക്കും. മുകളിലിരിക്കുന്നവർ അത് വാങ്ങി മേഞ്ഞുകൊണ്ടിരിക്കും.

പുര കെട്ടാൻ വന്നവർക്കു വയറുനിറയെ കഴിക്കാനുള്ള ചോറും ചക്കക്കൂട്ടാനും തയ്യാറാക്കുന്ന ചന്ദ്രികയെ സഹായിക്കാൻ ചിരുതയും എത്തിയിരുന്നു.

എവിടെയോ പോയി വരികയായിരുന്ന സുബ്രൻ അങ്ങോട്ടു കയറിവന്ന് രാമനോടു പറഞ്ഞു.

“രവി മേപ്പൂരില്ലത്തെ ശാന്തിക്കാരനാവുന്നു എന്നു കേട്ടു.”

“അവൻ പഠിക്ക്യാണ്.” രാമൻ പറഞ്ഞു.

“ശാന്തി പഠിക്ക്യാൻ പോയി സ്കൂള് പഠിത്തം നശിപ്പിക്ക്യരുത്.” സുബ്രൻ രാമനോട് നിർദ്ദേശിച്ചു.

സുബ്രൻ പാർട്ടി പ്രവർത്തനത്തിനിറങ്ങിയതിനുശേഷം അയാളുടെ

സംസാരത്തിലും പ്രവൃത്തിയിലും ഒരു നേതാവിന്റെ ലക്ഷണമൊക്കെ വരുന്നുണ്ട്.

രവിയെക്കൂടി രാഷ്ട്രീയത്തിലെടുത്താലോ എന്നാകും അയാളുടെ ചിന്തയെന്നു തോന്നി രാമൻ ചോദിച്ചു:

"ഈറ്റയ്ക്കുവേണ്ടി സമരംചെയ്യാൻ പോയിട്ടെന്തായി? എന്നെങ്കിലും ഈറ്റ കിട്ടോ സൊസൈറ്റീന്ന്?"

"അത് വരും." അത്രമാത്രം പറഞ്ഞ് സുബ്രൻ തന്റെ വീട്ടിലേക്കു നടന്നു

"അവനാന് കഞ്ഞിവയ്ക്കാനുള്ള മാർഗ്ഗംനോക്കാണ്ട് പാർട്ടിക്കാരുടെ പിന്നാലെ നടക്കാ." കോരൻ അയാളെ ഉദ്ദേശിച്ചു പറഞ്ഞു.

"അടുത്ത മഴയ്ക്കുമുൻപ് വേഗം ആയിക്കോട്ടെ." മുകളിലേക്കു നോക്കി കോരൻ പുരമേയുന്നവരോടു പറഞ്ഞു:

"അതെന്നെ." മുകളിലിരുന്ന് ഓലമേഞ്ഞുകൊണ്ടിരുന്ന പരമു തൊട്ടടുത്തിരിക്കുന്ന ചന്ദ്രനോടു പറഞ്ഞു.

"ഇതു കഴിഞ്ഞിട്ടുവേണം എന്റെ പുരകെട്ടാൻ."

"എന്താ വാങ്ങി വച്ചിരിക്കുന്നത്? ചന്ദ്രൻ ഒച്ചതാഴ്ത്തി അയാളോടു ചോദിച്ചു: "കള്ളോ ചാരായോ?"

"കള്ള്. ചാരായമൊക്കെ കിട്ടിയ കാലം കഴിഞ്ഞു." രാമൻ പറഞ്ഞു.

രാവിലെ ക്ഷേത്രനടയടച്ച് വീട്ടിലേക്കു വരികയായിരുന്ന രവിയോട് പിന്നാലെയെത്തിയ പാർവ്വതി വാരസ്യാർ ചോദിച്ചു:

"കുട്ടി എവിടത്ത്യാ?" കുറച്ചു ദിവസായി ചോദിക്കണംന്ന് വിചാരിക്കുന്നു.

ആ ചോദ്യത്തിനു എന്തു മറുപടി പറയണമെന്ന് രവിക്കു യാതൊരു നിശ്ചയവുമില്ലായിരുന്നു.

താൻ ഇവിടെ വന്ന നാൾമുതൽ അവർ തന്നെ ശ്രദ്ധിക്കുന്നു.

താൻ പറയ സമുദായത്തിൽപ്പെട്ടതാണെന്നു പറഞ്ഞാൽ അവരുടെ പ്രതികരണം എന്തായിരിക്കുമെന്ന് ഊഹിക്കാൻ കഴിയാത്തതുകൊണ്ട് "കുറച്ചപ്പുറത്താ" എന്നുപറഞ്ഞ് അവൻ മഴച്ചാറൽകൊണ്ട് വേഗത്തിൽ നടന്നു.

ശരീരത്തിൽ പൂണൂലില്ലാത്തതുകൊണ്ട് ബ്രാഹ്മണനല്ലെന്ന് വാരസ്യാർക്കു മനസ്സിലായി.

നായരോ വാര്യരോ ആണോ എന്നുകൂടി അറിയാനാണ് അവർ ചോദിച്ചത്.

മുഖത്തെ തേജസ്സും കാര്യങ്ങൾ ചെയ്യുന്നതിലുള്ള മിടുക്കും വെളുത്ത നിറവുമായതിനാൽ അവൻ താണകുലത്തിലുള്ളവനാണെന്ന് അവരുടെ ചിന്തയിലേ വന്നില്ല. പിന്നെയൊന്നും ചോദിക്കാൻ നില്ക്കാതെ അവർ പോയി. പറയ സമുദായത്തിലെ ഒരു കുട്ടിയെ മേപ്പൂർക്ഷേത്രത്തിൽ ദേവിയുടെ ശാന്തിക്കാരനാക്കിയ സംഭവം ലോകർ അറിയേണ്ടതാണെന്ന് – വിശേഷിച്ച് നമ്പൂതിരി സമുദായം. മാധവൻ നമ്പൂതിരിയുടെ

അന്തർജ്ജനത്തിന് നല്ല നിശ്ചയമുണ്ടായിരുന്നു.

ചാർച്ചക്കാരുടെ ഇടയിലെ എതിർപ്പ് ഏതാണ്ട് കെട്ടടങ്ങിയിരിക്കുകയാണ്.

മാധവൻ നമ്പൂതിരി ഒന്നു നിശ്ചയിച്ചാൽ പിന്നീട് അതിലൊരു മാറ്റം സംഭവിക്കുകയില്ലെന്ന് പൊതുവേ എല്ലാവർക്കുമറിയാം.

അതുകൊണ്ടുതന്നെ ഈ സംഭവം ഒരു വാർത്തയായി പുരോഗമന ചിന്താഗതിക്കാരിയായ അന്തർജ്ജനം നമ്പൂതിരി സമുദായത്തിന്റെ മുഖപ്പത്രമായ *നമ്പൂതിരിയോഗ*ത്തിലേക്കു അയയ്ക്കുകയുണ്ടായി.

അവരത് വലിയ പ്രാധാന്യമുള്ള വാർത്തയായി പ്രസിദ്ധീകരിച്ചാൽ നമ്പൂതിരി സമുദായത്തിൽ പൊതുവേ ചില "മാറ്റച്ചിന്ത"കൾക്കു വഴി തെളിയിക്കാമെങ്കിൽ ആയിക്കോട്ടെ എന്ന സദുദ്ദേശ്യമേ അതിനു പിന്നിലുണ്ടായിരുന്നുള്ളൂ.

മാധവൻനമ്പൂതിരി *നമ്പൂതിരിയോഗ*ത്തിന്റെ ഉപദേശകസമിതിയിലൊരംഗമായിട്ടുകൂടി അതിനെ അല്പംപോലും മാനിക്കാതെ പത്രാധിപർ ത്രിവിക്രമൻ നമ്പൂതിരി ഒരു കുറിപ്പോടുകൂടി ആ വാർത്ത തിരിച്ചയയ്ക്കുകയാണു ചെയ്തത്.

കുറിപ്പ് ഇങ്ങനെ:

"മേപ്പൂർ ക്ഷേത്രത്തിൽ ഒരു പറയനെ ശാന്തിക്കാരനാക്കി എന്നത് മേപ്പൂരിന് ബഹുമതിയാകാം. എന്നാൽ സകലമാന നമ്പൂതിരി സമുദായത്തിനും അത് മാനക്കേടാണ്. ഓരോരുത്തരും പ്രസിദ്ധിക്കുവേണ്ടി കാട്ടിക്കൂട്ടുന്ന കോപ്രായങ്ങള് കൊടുക്കാൻ തുടങ്ങിയാൽ *നമ്പൂതിരിയോഗം* അടച്ചുപൂട്ടേണ്ടിവരും. മേപ്പൂരിലെ കാരണവർക്ക് കലശലായ മതിഭ്രമം സംഭവിച്ചൂന്ന് നാട്ടുകാരെക്കൊണ്ട് പറയിപ്പിക്കണോ?"

തന്റെ അനുവാദം കൂടാതെയാണ് അന്തർജ്ജനം *നമ്പൂതിരിയോഗ*ത്തിന് വാർത്ത അയച്ചതെന്നറിഞ്ഞ് മാധവൻ നമ്പൂതിരി ഇത്രയേ പറഞ്ഞുള്ളൂ.

"അതു വേണ്ടീർന്നില്ല. ഇതൊക്കെ പ്രസിദ്ധിക്കാണെന്ന് കരുതാനേ ആ ശുംഭന് കഴിയൂ. കാലം മാറുന്നതറിയാതെ ഇപ്പോഴും പതിനേഴാം നൂറ്റാണ്ടിത്തന്നെ കഴിയുന്നവരുടെ *നമ്പൂതിരിയോഗ*ത്തീന്ന് നമുക്കു പിന്മാറാം."

ഉടനെതന്നെ പത്രാധിപർ ത്രിവിക്രമൻ നമ്പൂതിരിക്കു ഒരു കത്തയയ്ക്കാനും അദ്ദേഹം മറന്നില്ല.

"ദേഹമനങ്ങാതെ മനയിലിരുന്ന് മൂന്നിന് നാലുനേരം ഉണ്ടും വെടി പറഞ്ഞും ചതുരംഗം കളിച്ചും ശൃംഗാര കവിതകൾ ചൊല്ലി രസിച്ചും കാലം കഴിയ്ക്കുന്ന നമ്പൂരാക്കന്മാരുടെ "യോഗ"ത്തിൽനിന്നും ഈ മതിഭ്രമക്കാരൻ ഓടി രക്ഷപ്പെടുന്നു."

രണ്ടു ദിവസങ്ങൾക്കകം മകൻ ബ്രഹ്മദത്തൻ ഒരു രാത്രിയിൽ കയറി വന്നു.

തൃപ്പൂണിത്തുറയിൽ ഒരു ബന്ധുവിന്റെ ഗൃഹത്തിലായിരുന്നു ഇത്ര

നാളും. ഇവിടത്തെ കാര്യങ്ങളൊക്കെ അറിഞ്ഞു.

അച്ഛൻ ചെയ്യുന്ന "മഹത്തായ കാര്യ"ത്തെ ഒന്ന് അഭിനന്ദിക്കാൻ നേരിട്ടു വന്നതാണ്.

"എത്ര കാലാ ഇങ്ങനെ ഒളിവിൽ?" മാധവൻ നമ്പൂതിരി മകനോടു ചോദിച്ചു.

"എന്റെ പേരിൽ ചില കള്ളക്കേസുകൾ കൂടി പൊലീസ് സ്റ്റേഷനിൽ തെളിയാനുണ്ട്. അതിലൊക്കെ യഥാർത്ഥപ്രതികളെ പിടികൂടിക്കഴിഞ്ഞാൽ എനിക്കു പിന്നെ ധൈര്യമായി പുറത്തുവരാമല്ലോ." ബ്രഹ്മദത്തൻ പറഞ്ഞു.

അന്ന് മകൻ അമ്മയുടെ കൈകളിൽ നിന്ന്, ധാരാളം ചോറുണ്ടു.

"തൃപ്പൂണിത്തുറയിൽ പുരോഗമനചിന്താഗതിക്കാരുടെ ഒരു മാസികയുണ്ട്. ഞാനതിൽ വാർത്ത കൊടുത്തോളാം."

അയാൾ പറഞ്ഞു.

"വാർത്തയിലല്ല; ഇത്തരം കാര്യങ്ങൾ നടപ്പിലാക്കുന്നതിൽ തന്നെയാണു കാര്യം." മാധവൻ നമ്പൂതിരി മകനോടു പറഞ്ഞു.

ബ്രഹ്മദത്തൻ വെളുപ്പിനേ എഴുന്നേറ്റു.

അയാൾ മഴയത്തേക്കു കുട ചൂടിയിറങ്ങി, ഇരുട്ടിലൂടെ നടന്നു പോകുന്നതുനോക്കി അമ്മ നിന്നു.

നേരം വെളുത്തപ്പോൾ മാധവൻ നമ്പൂതിരിയെ വിളിച്ച് അന്തർജ്ജനം പറഞ്ഞു.

"മനേടെ പിന്നിലുള്ള പാടത്തും പറമ്പിലുമൊക്കെ വെള്ളം പൊങ്ങിയിരിക്കുകയാണ്."

മുകളിലത്തെ നിലയിലെ കിടപ്പുമുറിയിൽ കിടക്കുകയായിരുന്ന മാധവൻ നമ്പൂതിരി ജനൽ തുറന്ന് നോക്കിയപ്പോൾ മനയുടെ പടിഞ്ഞാറേ പറമ്പ് മൊത്തം വെള്ളം മുട്ടിനൊപ്പം പൊങ്ങിയിരിക്കുന്നതുകണ്ടു.

തന്റെ കാലശേഷം ഇക്കണ്ട പറമ്പിന്റെയും ക്ഷേത്രത്തിന്റെയുമൊക്കെ കാര്യം നോക്കിനടത്താനാര് എന്ന ചിന്ത മാധവൻനമ്പൂതിരിയുടെ ഹൃദയത്തിൽ ചില ആശങ്കകളുണ്ടാക്കി. ഇത്തരം കാര്യങ്ങൾക്കു ബ്രഹ്മദത്തനെ പ്രതീക്ഷിച്ചുകൂടാ. അയാൾക്കു അയാളുടേതായ ആശയങ്ങളും പ്രവർത്തന ശൈലികളുമുണ്ട്. അയാൾക്കു താല്പര്യമില്ലെന്നു വന്നാൽ ഇപ്പോൾ പിണങ്ങി നില്ക്കുന്ന ചാർച്ചക്കാരൊക്കെ വീണ്ടും അടുത്തുകൂടി ഇതിന്റെയൊക്കെ മേൽനോട്ടം ഏറ്റെടുത്ത് കൈവശപ്പെടുത്തിയേക്കാം.

"മഴ കാരണം മൂന്നാലു ദിവസായി പണിക്കാരാരും വരുന്നുമില്ല." പിന്നിൽ അന്തർജ്ജനത്തിന്റെ ശബ്ദം അദ്ദേഹം കേട്ടു.

*** *** *** ***

ശാന്തിക്കാരൻ ദിവാകരൻ പോറ്റി പറഞ്ഞതെല്ലാം ഓർക്കുമ്പോ രവിയുടെ മനസ്സിൽ ആശങ്ക വർദ്ധിച്ചതേയുള്ളൂ.

പറഞ്ഞതിന്റെ സാരം ഇങ്ങനെ:

നിങ്ങളുടെ ആരാധനാ സമ്പ്രദായംതന്നെ തെറ്റ്.

കള്ളും കോഴിയുമൊന്നും ദേവിക്കു നിവേദിക്കരുത്. ഇളനീരും അവിലും മലരും പുഷ്പങ്ങളും മാത്രമേ നിവേദിക്കാവൂ. എങ്കിലേ നിങ്ങൾക്കിടയിലെ ദുരിതം ഒഴിഞ്ഞു മാറൂ.

നിങ്ങളുടെ കൊട്ടിലിൽ നിങ്ങൾ ആരാധന നടത്തരുത്.

അവിടെ നിവേദ്യം അർപ്പിക്കാൻ പുറമേനിന്ന് ശാന്തിമാരെ വിളിക്കാം.

കരിങ്കല്ലിൽ ആവാഹിച്ചു വെച്ചിരിക്കുന്ന ദേവിയെ മാറ്റി, അവിടെ വിഗ്രഹം പ്രതിഷ്ഠിച്ച് ദേവിയെ അതിലേക്കു ആവാഹിച്ചിരുത്തണം.

പാട്ടു പാടരുത്, കൊട്ടരുത്.

ഇരുന്ന് നാമം ജപിക്കണം. അതിനുള്ള മന്ത്രം പുറമെ നിന്നുവരുന്ന ശാന്തിമാർ പറഞ്ഞുതരും.

ഉറഞ്ഞുതുള്ളി വന്ന് കോഴിയെ വെട്ടരുത്.

പ്രാകൃതമായ ഭാഷയിൽ ദേവിയെ വിളിക്കരുത്. ദേവിയുടെ സംസ്കൃതനാമങ്ങൾ ശാന്തിമാർ പറഞ്ഞുതരും.

ഇത്തരത്തിലുള്ള വിചിത്രവും മണ്ടത്തരവുമായ കുറേ നിർദ്ദേശങ്ങൾ കൊടുത്താണ് ദിവാകരൻ പോറ്റി അന്ന് നടയടച്ച് തന്റെ വീട്ടിലേക്കു തിരിച്ചത്.

വീട്ടിലേക്കു ദൂരം അധികമായതിനാൽ സാധാരണ ആഴ്ചയിലൊരിക്കലേ പോകുക പതിവുള്ളൂ.

“വൈകീട്ട് നട തുറക്കുംമുമ്പ് തിരിച്ചെത്താ” മെന്നു പറഞ്ഞ് മാധവൻ നമ്പൂതിരിയിൽനിന്നും അനുവാദം വാങ്ങി പോറ്റി തന്റെ വീട്ടിലേക്കു പോയി.

ഒരു താണജാതിക്കാരൻ കുട്ടി ശാന്തി ചെയ്യാനെത്തിയ കാര്യം തന്റെ പത്നിയോടു പറയാതെ ഉറക്കം വന്നിരുന്നില്ല, പോറ്റിക്ക്.

ഭാര്യ വിളമ്പിക്കൊടുത്ത ചോറ് വാരിവലിച്ചുണ്ണുമ്പോൾ അയാൾ കാര്യങ്ങളൊക്കെ വിളമ്പി.

“ആ നമ്പൂതിരിക്കു വട്ടാ. ഒരു പറയൻ ചെക്കനെ പൂജയ്ക്കു കൊണ്ടു വച്ചിരിക്കുന്നു അറിയണോ, തങ്കം! കുറച്ചുകൂടി ചോറ് താ.”

ആകാംക്ഷയോടെ തങ്കം ചോറ് കൂടുതൽ വിളമ്പിക്കൊടുത്തു.

“ആശ്രീകരങ്ങള്. കള്ളും കോഴിയും ദേവിക്കു നിവേദിക്കുന്ന വർഗ്ഗങ്ങളാ. കൊട്ടും പാട്ടും തുള്ളലും ഒക്കെ നടത്തണ മ്ലേച്ഛന്മാർ. ദേവിയെ കല്ലില് ആവാഹിച്ച് അതിനുചുറ്റും മുടിയഴിച്ചാട്ടം നടത്തുന്നോരാ അവര്. തനി ഭ്രാന്ത്.

മന്ത്രം അറിയില്ലെന്നു മാത്രല്ല; സംസ്കൃതത്തിലെ ഒരു വാക്കു പോലും അറിയില്ല. മ്ലേച്ഛ വർഗ്ഗത്തിലെ അങ്ങനെയൊരു കുട്ടിയെ ഞാനെങ്ങനെ ശാന്തി പഠിപ്പിക്ക്യാനാ? നീ പറ.” അസഹിഷ്ണുതയോടെ പോറ്റി പറഞ്ഞു.

“ശിവ! ശിവ!” തങ്കം അത്ഭുതത്തോടെ പറഞ്ഞു.

“കലികാലംന്നല്ലാതെന്താ പറയാ!” ദിവാകരൻ പോറ്റി ഊണു

കഴിഞ്ഞ് എഴുന്നേറ്റു കൈകഴുകി.

പാത്രമെടുത്ത് അടുക്കളയിലേക്കുപോയ തങ്കത്തിന്റെ പിന്നിലൂടെച്ചെന്ന് അയാൾ അവളുടെ കൈയിൽ പിടിച്ചു. “വേഗം വാ. എനിക്കു പോകണം.”

അയാൾ കിടപ്പുമുറിയിലേക്കാണ് ക്ഷണിക്കുന്നതെന്നറിഞ്ഞ തങ്കം വല്ലായ്മയോടെ പറഞ്ഞു:

“അയ്യോ, എന്താ ഇത്! ഇന്ന് വൈകീട്ട് ശ്രീകോവിൽ നടതുറന്ന് ദേവിക്കു പൂജ ചെയ്യേണ്ടതല്ലേ!”

അരുതാത്തത് ചെയ്യാൻ പോകുന്ന ഭാവത്തിൽനിന്ന തങ്കത്തിനെ പോറ്റി കൈയിൽ പിടിച്ചു വലിച്ച് തങ്ങളുടെ കിടപ്പുമുറിയിൽ കൊണ്ടുപോയി കതകടച്ചു. തിടുക്കത്തിൽ അവരുടെ വസ്ത്രങ്ങൾ അഴിക്കുന്നതിന്നിടെ അയാൾ പറഞ്ഞു:

“ഇതൊന്നും സാരല്യന്നേ. നമ്മളല്ലാണ്ട് ഇതിപ്പോ വേറെ ആര് അറിയാനാ? ഒന്നു കുളിച്ചാ പോരേ? അല്ലെങ്കിലേ, ഇത്രേടം വരെ നടന്നുവന്നത് വെറുതെയാവും.” ശാന്തിചെയ്യാൻ തുടങ്ങീട്ട് കാലം കുറേയായില്ലേ.”

ഉച്ചനേരത്തുള്ള സുരതക്രിയാസ്വാദനത്തിൽ മയങ്ങിപ്പോയ ശാന്തിക്കാരൻ പോറ്റി സ്വപ്നത്തിൽ ഒരു സ്ത്രീയെ കണ്ടു.

മുടിയഴിച്ചിട്ട് അലറിക്കൊണ്ട് ആ സ്ത്രീ പോറ്റിയെ വിളിച്ചു.

“ഫ! മ്ലേച്ഛാ.” ദേവിയാണ് സ്വപ്നത്തിൽ വന്നതെന്ന് പോറ്റി അറിഞ്ഞു.

“ദേവീ... ദേവീ!” വിറയലോടെ പോറ്റിയുടെ ചുണ്ടുകൾ ശബ്ദിച്ചു.

“നീ പൂജിക്കുന്ന വിഗ്രഹത്തിൽ മാത്രമല്ല; നീ മ്ലേച്ഛവർഗ്ഗമെന്നു മുദ്രകുത്തിയ പറയന്റെ കല്ലിലും ഞാൻ തന്നെയാ ഇരിക്കുന്നതെന്ന് ഓർത്തോ! നീ നിവേദിക്കുന്ന പൂക്കളും പഴങ്ങളും എനിക്കു സ്വീകരിക്കാമെങ്കിലേ അവർ തരുന്ന കള്ളും മാംസവും ഞാൻ സ്വീകരിക്കും. നീ സംസ്കൃതത്തിൽ വിളിച്ചാൽ ഞാൻ കേൾക്കുന്നുണ്ടെങ്കിലേ, അവരുടെ ഉള്ളുതുറന്നുള്ള ഒരു വിളി മതി. എനിക്കു സംതൃപ്തയാകാൻ.”

ആദിപരാശക്തിയായ ഭഗവതി ഒരു നാടൻ സ്ത്രീയെപ്പോലെ വന്ന് പോറ്റിയെ ആട്ടി.

“ബ്രാഹ്മണന്റെ കൂടെ മാത്രമല്ല, ചണ്ഡാലന്റെ കൂടെയും ഞാനുണ്ടെന്ന് മനസ്സിലാക്കാത്ത വിഡ്ഢി, മേലിൽ നീയെനിക്കു പൂജ ചെയ്യരുത്.”

കലിയോടെ തന്നെ ചീത്തവിളിച്ച് ആ സ്ത്രീ അപ്രത്യക്ഷയായപ്പോൾ പോറ്റി ഉച്ചയുറക്കത്തിൽ നിന്നും ഞെട്ടിയുണർന്നു.

പുറത്ത് മഴയുടെ ശബ്ദം.

അരികത്തു കിടക്കുന്ന തങ്കത്തെ തള്ളിമാറ്റി, മുണ്ടുടുത്ത് പോറ്റി. വാതിൽ തുറന്നു പൂമുഖത്തെത്തി. പിന്നാലെ എഴുന്നേറ്റ് തിടുക്കത്തിൽ വസ്ത്രമുടുത്ത് തങ്കവും അവിടെയെത്തി.

അപ്പോൾ, മുറ്റം നിറയെ കാൽമുട്ടിനൊപ്പം വെള്ളം പൊങ്ങിയതാണ്

അവർ കണ്ടത്.

വെള്ളം അല്പാല്പമായി പൂമുഖത്തേക്കും കയറാൻ തുടങ്ങുന്നുണ്ട്.

"ഇന്നിനി എങ്ങനെ പോയി നട തുറക്കും?"

വീട്ടിനു മുൻപിലെ വഴിയിലും വെള്ളം പൊങ്ങിയതുകണ്ട് തങ്കം ആകുലതയോടെ പോറ്റിയോടു ചോദിച്ചു.

ഇത്രയേറെ വെള്ളത്തിലൂടെ നടന്നുപോയാൽ വല്ല കുഴിയിലും വീഴും.

ദേവിയുടെ ചിലമ്പിച്ച ശബ്ദം തന്റെ കാതിൽ മുഴങ്ങുന്നതായി പോറ്റിക്കും തോന്നി.

"മേലിൽ നീയെനിക്ക് പൂജ ചെയ്യരുത്."

പോറ്റിയുടെയും തങ്കത്തിന്റെയും പാദങ്ങൾ നനച്ചുകൊണ്ട് വെള്ളം പൂമുഖത്തേക്കു കയറി.

പുഴയൊഴുകുന്നതു പോലെ വെള്ളം അകത്തേക്ക്.

പതിനഞ്ച്

നേരം വെളുക്കുവോളം മഴ പെയ്തു.

പാടത്തോടു ചേർന്ന് കുടിൽകെട്ടി താമസിക്കുന്ന പേങ്ങൻപുല യന്റെയും പൈങ്കിപ്പുലയന്റെയും ഭാര്യമാരും കുട്ടികളുമടങ്ങുന്ന കുടുംബം മുട്ടിനൊപ്പം വെള്ളത്തിലൂടെ തോമാപ്ലായുടെ വീടിനു മുറ്റത്തുവന്ന് ഉറക്കെ വിളിക്കാൻ തുടങ്ങി.

ഭാര്യ അന്നാമ്മ വന്ന് പോത്തുപോലെ കിടന്നുറങ്ങുന്ന തോമാപ്ലായെ തട്ടിവിളിച്ചു പറഞ്ഞു:

"തെന്തൊരു ഉറക്കാ ഇത്. വീടിനുചുറ്റും വെള്ളപ്പൊക്കാ വരണത്. ദേ, ആ കുടിയാന്മാര് വന്ന് വിളിക്ക്യാണ്."

ജന്മിയായ തോമാപ്ലായുടെ പാടവും പറമ്പുമെല്ലാം നിർത്താതെ പെയ്തമഴയിൽ മുങ്ങിക്കൊണ്ടിരിക്കുകയാണ്. പറമ്പിൽത്തന്നെ താമസിച്ച കുടിയാന്മാരാണ് പേങ്ങനും പൈങ്കിയും.

"ചിറ്റ്യാനേ... പെരേല് മൊത്തം വെള്ളം കേറി. കെടക്കാൻ വേറെ സ്ഥലല്ല്യ." പേങ്ങൻ പറഞ്ഞു.

ഉറക്കെമെഴുന്നേറ്റു ചെന്ന തോമാപ്ലയ്ക്കു ദേഷ്യമാണു വന്നത്.

"ഇക്കാണുന്ന പാടവും പറമ്പുമൊക്കെ വെള്ളം കേറിക്കെടുക്കണത് നിങ്ങളും കണ്ടതല്ലേ. ഇതൊക്കെ മുങ്ങിപ്പോയാ ഞങ്ങളെവിടേക്ക്യാ പോവാ?

നിങ്ങള് നിങ്ങടെ കോളനീ പൊക്കോ. ഏതു മലവെള്ളം വന്നാലും അവിടേക്ക് എത്തില്ല്യാലോ." തോമാപ്ലാ പറഞ്ഞു.

"അരീം ഉപ്പും മുളകും ഒക്കെ കഴിഞ്ഞു. ഇന്നലെത്തൊട്ട് പട്ടിണ്യാ." പൈങ്കി താഴ്മയോടെ പറഞ്ഞു.

"നാലു ദിവസായി പെയ്യണ മഴയല്ലേ! ഇവിടേം കഴിഞ്ഞു." പൂമുഖ ത്തേക്കു കയറിവന്ന അന്നാമ്മ അവരോടു പറഞ്ഞു.

പിന്നെ അവരോട് ഒന്നും പറയാൻ നില്ക്കാതെ പേങ്ങനും പൈങ്കിയും ഭാര്യമാരെയും കുട്ടികളേയും കൂട്ടി കോളനിയിലേക്കു നടന്നു.

മഴയും വെയിലും വകവയ്ക്കാതെ തോമാപ്ലായ്ക്കു പണി ചെയ്തു കൊടുത്തത് മതിയെന്ന് അവർ തീരുമാനിച്ചു.

കോളനി കുറച്ച് ഉയർന്ന പ്രദേശത്തായതിനാൽ പെട്ടെന്ന് വെള്ളം കയറില്ല.

"വാ. മ്മക്ക് മ്മടെ തറവാട്ടിലേക്കു പോകാ."മെന്നു പറഞ്ഞ് അവർ അവരവരുടെ തറവാടുകളിലേക്കു പോയി.

വീടിനു വെളിയിൽവന്ന് നോക്കിയ തോമാപ്ല തന്റെ പാടവും പറമ്പുമെല്ലാം വെള്ളം കയറിയതുകണ്ട് മുകളിലേക്കു നോക്കി വിലപിച്ചു.

"ന്റെ കർത്താവേ! നീയിത് എന്ത് കണ്ണീച്ചോരയില്ലാത്ത ഏർപ്പാടാ ഈ കാട്ടിക്കൂട്ടണേ! ഒക്കെ പോയല്ലോ!"

"കർത്താവേ, ഇത് വല്ല ലോകാവസാനമോ മറ്റോ ആണോ!" നെഞ്ചത്തുകൈവച്ച് അന്നാമ്മയും വിലപിച്ചു.

തോരാതെ മഴ പെയ്ത ദിവസങ്ങളായതിനാൽ പറമ്പു പണിക്കു പോയിരുന്നവരുടെ കുടുംബങ്ങളെല്ലാം പട്ടിണിയിലായി. എങ്കിലും പേങ്ങന്റെയും പൈങ്കിയുടെയും കുടുംബത്തെ അവരുടെ തറവാട്ടുകാരും സ്വീകരിച്ചു.

മഴ തോരാതെനിന്ന ഒരു ഉച്ചനേരത്താണ് ചാത്തന്റെ അപ്പൂപ്പൻ മരിച്ചത്.

ഓടിയെത്തിയവരെല്ലാം മുറ്റത്ത് പന്തലിടുകയും മരണവിവരം അറിയിക്കുന്നതിന്നായി പല ദിക്കിലേക്കും പോകുകയും ചെയ്തു.

കുഴിവെട്ടുവാനായി ചുടലയിലെത്തിയവർ ചുടലയിലെ തങ്ങളുടെ ഭാഗം മുഴുവൻ വെള്ളം കേറിയതുകൊണ്ട് വല്ലായ്മയോടെയാണ് തിരിച്ചെത്തിയത്.

പറയ–പുലയ സമുദായാംഗങ്ങളുടെ ചുടലയിൽ പുലയർക്ക് അവകാശപ്പെട്ടിടത്ത് വെള്ളം മുഴുവനായും പൊങ്ങിക്കഴിഞ്ഞു.

ഇനി, പറയർക്കവകാശപ്പെട്ട സ്ഥലത്ത് കുഴിയെടുക്കുവാൻ അനുവാദം ചോദിക്കുവാനായി. സുബ്രന്റെയും കോരന്റെയും സമീപത്തെത്തിയ സുന്ദരൻ കാര്യങ്ങൾ വിശദീകരിച്ചു.

"ചത്തു പോയില്ലേ. എവിടാന്നു വച്ചാ കുഴിച്ചിട്ടോ." കോരൻ അയാളോടു പറഞ്ഞു.

പക്ഷേ, അവിടെ കുഴി കുത്താൻ തുടങ്ങിയപ്പോഴേക്കും മഴ ശക്തമാവാൻ തുടങ്ങി.

മഞ്ചയിൽ കൊണ്ടുവന്ന ശവശരീരം ചുടലയിലെ ഒരു മരച്ചോട്ടിൽ നനയാതെവച്ച് അവർ മഴയൊന്നു കുറഞ്ഞുകിട്ടാൻ ദൈവത്തോടു പ്രാർത്ഥിച്ചു.

"ഒരു ഇലക്ട്രിക് ശ്മശാനം ഇവിടെ പണിയണമെന്ന് അന്ന് ഞങ്ങൾ ആവശ്യപ്പെട്ടപ്പോൾ ഒരാളും കൂടെനിന്നില്ല. ഇപ്പോ മനസ്സിലായോ?" സുന്ദ

രൻ എല്ലാവരോടുമായി ഉറക്കെ ചോദിച്ചു.

വിറകുകൂട്ടി ചിതവച്ച് കത്തിക്കാമെന്നു വച്ചാൽ നനയാത്ത വിറകെ വിടുന്നു കിട്ടും? വിറകു കിട്ടിയാൽത്തന്നെ ചിത തയ്യാറാക്കാൻ വരുന്ന വർക്കു നല്ല കൂലിയും കൊടുക്കണം.

കുഴിവെട്ടാൻ നിന്നവർ മഴ നനഞ്ഞ് വാശിയോടെ കുഴിവെട്ടാൻ തുടങ്ങി. മഴ അതിനേക്കാൾ വാശിയോടെ അവർ കുഴിച്ച കുഴിയിൽ വെള്ളം നിറച്ചു.

ചടുല ഭദ്രകാളിക്കു വീതുവയ്ക്കാൻ മറന്നുപോയതാവാം കാരണ മെന്ന് ഒരാൾ വാദിച്ചു. ഈ പെരുമഴയത്ത് വീതൊന്നും വയ്ക്കാൻ പറ്റി ല്ലെന്നും ഭദ്രകാളി മുൻപു കിട്ടിയതിലൊക്കെ വകവച്ചാൽ മതിയെന്നും ചെറുപ്പക്കാരനായ ഒരാൾ പരിഹസിച്ചു.

കാറ്റടിച്ച് ആൾക്കാരും മൃതദേഹവും നനയുകയും ശവം വയ്ക്കാൻ കുഴിച്ച കുഴിയിൽ വെള്ളം നിറയുകയും ചെയ്തപ്പോൾ അവരെല്ലാം ഒരു തീരുമാനത്തിലെത്തി.

“വീട്ടിലേക്കു തന്നെ കൊണ്ടുപോകാം. ആള് കിടന്ന ചായ്പില് തന്നെ കുഴികുത്തി വയ്ക്കാം.” മുതിർന്ന ഒരാളുടെ തീരുമാനം എല്ലാവരും അംഗീ കരിച്ചു.

അപ്പൂപ്പന് ഒരുപിടി മണ്ണ് കൊടുക്കാൻ ചുടലയിലെത്തിയ ചാത്തൻ അവരുടെ കൂട്ടത്തിൽ വീട്ടിലേക്കു തിരിച്ചുനടന്നു. അവന്റെ ഓർമ്മയിലെ ത്തിയത് തോമാപ്ലായുടെ പറമ്പാണ്. അറ്റം കാണാതെ നീണ്ടുകിടക്കുന്ന തെങ്ങിൻതോപ്പിൽ തന്റെ അപ്പൂപ്പനെ കൊണ്ടുപോയി. ആരും കാണാതെ കുഴിച്ചിട്ടാലോ എന്നുപോലും അവൻ ചിന്തിച്ചു.

ഒടുവിൽ വീട്ടിലെത്തി, ചായ്പിൽ കയറി മഴകൊള്ളാതെ കുഴിവെട്ടി അപ്പൂപ്പനെ കുഴിച്ചിട്ടു. അങ്ങനെ അപ്പൂപ്പൻ മരിച്ചിട്ടും വീട്ടിൽനിന്നും പോയില്ലെന്ന് ചാത്തൻ അറിഞ്ഞു.

എല്ലാ കൊല്ലത്തിൽനിന്നും വ്യത്യസ്തമായി മഴ കനത്തതോടെ എല്ലാവരുടെയും ജീവിതം ദുരിതപൂർണ്ണമായി.

കുടിലിൽ നിന്നും പുറത്തിറങ്ങാനാവാതെ മഴയെ ശപിച്ച് എല്ലാവരും മുറ്റത്തേക്കു നോക്കിയിരുന്നു.

നെയ്തുകഴിഞ്ഞ കുട്ടയും മുറവും പനമ്പുമൊന്നും വിറ്റുതീർക്കാ നാവുന്നില്ല.

മഴ തോർന്നാലല്ലേ ഒന്നു പുറത്തിറങ്ങാൻ പറ്റൂ.

കോരനും ചേന്നനുമൊക്കെ ഇരിങ്ങാലക്കുട ചന്തയിലേക്കു പോയിട്ടു തന്നെ നാളുകളായി.

ഏതെങ്കിലും വീടുകളിൽച്ചെന്ന് വില്ക്കാമെന്നുവച്ചാൽ മഴ കാരണം പുറത്തിറങ്ങാനും വയ്യ.

കേശവൻ വൈദ്യരുടെ പാടത്തും പറമ്പിലുമൊക്കെ വെള്ളം പൊങ്ങി യെന്ന് പറഞ്ഞറിഞ്ഞു.

തോമാപ്ലയുടെ വീടിന്റെ അടുക്കളവരെ വെള്ളം കേറിയെന്നാണ്

കേട്ടത്.

"ഇങ്ങനെ മഴ പിടിച്ചാലെന്താ ചെയ്യാ?" മഴ നനഞ്ഞ് വന്നു കയറിയ ചേന്നൻ കോരനോടു ചോദിച്ചു.

"ഒരു പിടീംല്യ." കോരൻ പറഞ്ഞു.

"പുലയക്കോളനി മുഴുവൻ വെള്ളംകേറീന്നാ പറേണെ." രണ്ടു ഗ്ലാസിൽ കട്ടൻകാപ്പി എടുത്തുകൊണ്ടുവരികയായിരുന്ന ചിരുത പറഞ്ഞു.

"എവിടെ പോകാനാ?" അവർ ചോദിച്ചു.

ഈ സമയം ആവഴി വന്ന പരമു ഒരു വരിക്കച്ചക്ക അവരുടെ മുറ്റത്തേക്കിട്ടു കൊടുത്തു.

"മൂപ്പ് ആവുന്നേയുള്ളൂ. ഉപ്പേരി വച്ചോ." അയാൾ പറഞ്ഞു.

കോരൻ ചെന്ന് ആ ചക്കയെടുത്ത് ഇറയത്തു കൊണ്ടുവന്നു വച്ചു. ചിരുത അതെടുത്ത് അടുക്കളയിലേക്കു കൊണ്ടുപോകുന്നതിനിടെ മകളെ വിളിച്ചു: "ചീരു... വാ ഈ ചക്കനുറുക്കി ഉപ്പേരി വയ്ക്കാം."

മലവെള്ളത്തിൽ മുങ്ങിപ്പോയ മാടത്തിൽ താമസിച്ച, തന്നെ കൃത്യസമയത്തെത്തി റൗഡി വറീതിൽനിന്നും രക്ഷിച്ച ആളെ – രവിയുടെ കണ്ണമുത്തനെ – ഓർത്ത് പായയിൽ കിടക്കുകയായിരുന്ന ചീരു എഴുന്നേറ്റു ചെന്നു.

പ്ലാവിൽനിന്നും ചക്കയിറക്കാൻ പോയി വരികയായിരുന്ന പരമു വീട്ടിലേക്കു കയറിവന്ന് കോരനോടു പറഞ്ഞു:

"താഴേന്ന് ഒരടി വെള്ളം പൊന്ത്യാ മ്മടെ അട്ക്കളേലെത്തും."

"ഒയ്യോ!" പേടിയോടെ കോരൻ ചേന്നനെ നോക്കി.

"ഞാനൊന്നു പോയിനോക്കട്ടെ." പരമു മുറ്റത്തേക്കിറങ്ങി തന്റെ വീട്ടിലേക്കു നടന്നു.

ഉച്ചനേരത്ത് മോര് വാങ്ങാൻ വന്ന കാളിക്കുട്ടിയോടാണ്. പാർവ്വതി വാരസ്യാർ, കുറച്ചുദിവസമായി തന്റെ മനസ്സിൽ കൊണ്ടുനടന്ന സംശയം ചോദിച്ചത്.

"ഡി കാളിക്കുട്ട്യേ... നിങ്ങടെ കോളനീടെ അപ്പുറത്ത് ഏതെങ്കിലും പുതിയ ആൾക്കാര് വന്ന് താമസിക്ക്യണ്ണ്ടോ? നായന്മാരോ ഞങ്ങടെ ജാതിക്കാരോ എങ്ങാനും?"

"ഇല്യല്യോ. എന്തേ?" ഉണ്ണിച്ചെക്കന്റെ അമ്മ കാളിക്കുട്ടി അവരോടു തിരിച്ചുചോദിച്ചു.

കാളിക്കുട്ടിയുടെ പാത്രത്തിലേക്കു മോര് പകർന്നു കൊടുക്കുന്നതിന്നിടെ പാർവ്വതി വാരസ്യാർ പറഞ്ഞു:

"അല്ല; മേപ്പൂര് ക്ഷേത്രത്തില് പൂജയ്ക്കു ഒരു കുട്ടി വന്നിട്ടുണ്ട്. എവിടത്ത്യാന്ന് ഒരു പിടീം കിട്ടണില്യ."

"അതേ! നല്ല കാര്യായി." മോരു പാത്രം വാങ്ങി സന്തോഷപൂർവ്വം കാളിക്കുട്ടി അവരോടു പറഞ്ഞു:

"അത് ഞങ്ങടെ കുട്ട്യാ. രാമന്റെ മോൻ. രവി."

കാളിക്കുട്ടി വളരെ അഭിമാനപൂർവ്വമാണ് അതു പറഞ്ഞതെങ്കിലും

പാർവ്വതി വാരസ്യാരുടെ നെഞ്ചിലൊരു ഇടിത്തീയായി ആ വാക്കുകൾ വന്നുവീണു.

'രാമന്റെ മോനോ? കുട്ടയും മുറവും നെയ്തു വിറ്റുനടക്കണ രാമന്റെ മോനോ? അവര് പറയരല്ലേ!'

ഇതെന്തു കഥ!

അത്ഭുതപ്പെട്ട് വായും പൊളിച്ചുനിന്ന വാരസ്യാരോട് കാളിക്കുട്ടി പറഞ്ഞുകൊടുത്തു:

"അവിടത്തെ ദേവിക്ക് പാക്കനാർടെ പൂജമതീന്ന് പ്രശ്നത്തിൽ കണ്ടു. അതാ തിരുമേനി ഞങ്ങളെ വന്നുവിളിച്ചേ! ഇനി ദേവിക്കു പൂജ ചെയ്യണത് അവനാ രവി."

നെഞ്ചിലേറ്റ രണ്ടാമത്തെ പ്രഹരമായിത്തീർന്നു പാർവ്വതി വാരസ്യാർക്കു ആ വാക്കുകളും. ഇത് സ്വപ്നമോ യാഥാർത്ഥ്യമോ എന്നറിയാതെ അമ്പരന്നുനില്ക്കുന്ന അവരോട് കാളിക്കുട്ടി പറഞ്ഞു:

"ദേ. അടുത്ത മഴ തൊടങ്ങി. അതിനുമുമ്പ് പോട്ടെ."

മോരുംപാത്രമെടുത്ത് കാളിക്കുട്ടി വഴിയിലേക്കിറങ്ങി തന്റെ വീട്ടിലേക്കു പോകുന്നത് കണ്ടിട്ടും പാർവ്വതി വാരസ്യാരുടെ മനക്കണ്ണിൽ അതു പതിഞ്ഞില്ല.

ശിവ! ശിവ! ഇതെന്തൊക്കെയാ ഈ കേക്കണേ?

അവർ തിണ്ണയിൽ താടിക്കു കൈകൊടുത്ത് ഇരുന്ന് ചിന്തിക്കാൻ തുടങ്ങി.

മേപ്പൂരെ തിരുമേനിക്കും തന്ത്രിത്തിരുമേനിക്കും തലയ്ക്കു വെളിയില്ലാതായോ! ആ കുട്ടിയെ കണ്ടപ്പോൾ വല്ല നായന്മാരുടെ കുടുംബത്തിലേതായിരിക്കും എന്നു കരുതിയത് തെറ്റിപ്പോയി!

കഷ്ടം! ആ മേൽശാന്തി പോറ്റിയെങ്കിലും ഒരു വാക്കു തന്നോടു പറഞ്ഞു കൂടായിരുന്നോ! പറഞ്ഞിരുന്നെങ്കിൽ ആ പറയൻ ചെക്കന്റെ കൈയീന്ന് തീർത്ഥവും പ്രസാദവും താൻ വാങ്ങുമായിരുന്നോ!

അയ്യയ്യയ്യേ!

വെറുതേയല്ല, പ്രകൃതിക്കും കലിയിളകിയിരിക്കുന്നത്! മഴ നിർത്താതെയല്ലേ പെയ്യണത്! കാറ്റിനും ഇടിയ്ക്കും വല്ല കുറവുമുണ്ടോ! ചുറ്റുമുള്ള പാടത്തും പറമ്പിലുമൊക്കെ വെള്ളം കേറിത്തുടങ്ങീന്നാ കേക്കണത്.

പലവട്ടം താൻ ആ ചെക്കന്റെ കൈയിൽനിന്നു പൂവും പ്രസാദവും വാങ്ങിപ്പോയതിനാൽ പാർവ്വതി വാരസ്യാർക്കു സ്വയം അവമതി തോന്നി.

"കഷ്ടം! ഇനി എത്രവട്ടം കുളിച്ചാലാ ഈ ചളിയൊന്നു ദേഹത്തീന്ന് പോവാ?"

അവർ തിടുക്കത്തിൽ തങ്ങളുടെ കുളക്കടവിലേക്കു നടന്നു. മഴ നനയാതിരിക്കാൻ വലിയൊരു ചേമ്പില നുള്ളിയെടുത്ത് തലയിൽ ചൂടുകയും ചെയ്തു. വാഴത്തോട്ടത്തിൽ നില്പുണ്ടായിരുന്ന ഭർത്താവിനോട് അവർ വിളിച്ചു പറഞ്ഞു:

"വിശാലായിട്ടൊന്നു മുങ്ങിക്കുളിക്ക്യാൻ പോവാ. കുറേക്കഴിഞ്ഞിട്ട് പ്രതീക്ഷിച്ചാ മതി."

മഴയിങ്ങനെ പെയ്തുകൊണ്ടിരിക്കുമ്പോൾ, ചേമ്പില ചൂടി കളിക്കുവാൻ കുളത്തിലേക്കു പോകുന്ന തന്റെ പ്രിയ പത്നിക്കു ഉച്ചവട്ട് പിടികൂടിയോ എന്ന് അയാൾക്കു തോന്നാതിരുന്നില്ല.

മഴ പെയ്തു തോരുന്നതും കാത്ത് രാമൻ മുറ്റത്തേക്കു നോക്കി. ഇറയത്ത് ഇരിക്കുകയായിരുന്നു.

ചന്ദ്രിക കട്ടൻ കാപ്പിയും കപ്പ പുഴുങ്ങിയതും കൊണ്ടുവച്ച് രവിയെ വിളിച്ചു.

ഉച്ചയുറക്കത്തിലായിരുന്ന രവി എഴുന്നേല്ക്കാൻ മടിപിടിച്ചു.

"ഇന്നിനി മഴ തോരുംന്ന് തോന്നണ്ല്യ." കട്ടൻ കാപ്പി കുടിക്കുമ്പോൾ രാമൻ ചന്ദ്രികയോടു പറഞ്ഞു.

ചാണകംമെഴുകിയ ഇറയത്തിന്റെ മൂലയിൽ നെയ്തുവച്ചിരിക്കുന്ന കുട്ടയും മുറവും നോക്കി രാമൻ തുടർന്നു: "ഇന്ന് ഇത് കൊണ്ടുകൊടുത്താലേ നാളെ അരി വാങ്ങാൻ പറ്റൂ."

ആകാശത്തിന്റെ അതിരുകളിലെവിടെയോ ഇടിമുഴങ്ങി. അന്തരീക്ഷം ഇരുളാനും തുടങ്ങി.

അപ്പോഴാണ് കുടചൂടിക്കൊണ്ട് മാധവൻ നമ്പൂതിരി പടികടന്നുവരുന്നത് അവർ കണ്ടത്.

"ദേ, തിരുമേനി വരണു." അങ്ങനെ പറഞ്ഞുകൊണ്ട്,

രാമൻ ഇരുന്ന മുട്ടിപ്പലകയിൽ നിന്നും എഴുന്നേറ്റു. ചന്ദ്രികയും ഭവ്യതയോടെ എഴുന്നേറ്റു നിന്നു.

മുറ്റത്തേക്കു നടന്നുവന്ന മാധവൻ നമ്പൂതിരി പറഞ്ഞു:

"രവിയെവിടെ? ഞാൻ കൊണ്ടുപോകാൻ വന്നതാ." ഒന്നു നിർത്തിയതിനുശേഷം അദ്ദേഹം തുടർന്നു.

"സന്ധ്യാപൂജയ്ക്കു മേൽശാന്തി വരില്ല. വീടിനുചുറ്റും വെള്ളം പൊങ്ങീട്ട് അയാള് വീട്ടില് കുടുങ്ങിയിരിക്ക്യാ. ദേവിക്കു വിളക്കുവയ്ക്കണം. വേറെ ആളില്യ. ഇന്ന് എന്നോടൊപ്പം രവി ശ്രീകോവിലിൽ കയറട്ടെ. ഇതുതന്നെയാ നല്ല മുഹൂർത്തം." തിരുമേനി പറഞ്ഞതുകേട്ട ഇരുവർക്കും മനം തെളിഞ്ഞു.

രണ്ടാഴ്ചയോളം നിർത്താതെ പെയ്ത പേമാരിയിൽ ഭൂമിയെ കടലാക്കി വെള്ളം പൊങ്ങി.

കേശവൻ വൈദ്യരുടെ വീടിന്റെ പത്തായപ്പുരയോളം വെള്ളത്തിൽ മുങ്ങി. എന്നാൽ അതിനുമുമ്പേ, വൈദ്യരും ഭാര്യയും കിട്ടിയതെല്ലാം എടുത്ത് എങ്ങോട്ടോ പോയി.

ആദ്യമായിട്ടായിരുന്നു ഇങ്ങനെയൊരു വെള്ളപ്പൊക്കം.

വെള്ളം വീടിന്റെ മേല്ക്കൂരയോളം പൊങ്ങിയത് കാണാൻ നില്ക്കാതെ തോമാപ്ലയും ഭാര്യ അന്നമ്മയും നനയാതെ കിട്ടിയ കാശും

സാധനങ്ങളുമൊക്കെ വാരിയെടുത്ത് ഉയരെയുള്ള പുലയക്കോളനിയിലേക്കു ചെന്നു.

അവിടെയും വെള്ളം കയറിയതുകണ്ട അവർ, കിട്ടിയതെല്ലാം ഭാണ്ഡം കെട്ടി യാത്രയാവാൻ നില്ക്കുകയായിരുന്നു പേങ്ങൻ പുലയനോടും കുടുംബത്തോടുമൊപ്പം വെള്ളം പൊങ്ങാത്ത സ്ഥലമന്വേഷിച്ച് ഓരോയിടത്തും നടന്നു.

എത്ര കിട്ടിയിട്ടും ദാഹം തീരാത്ത ഭൂമിയുടെയും എത്ര വർഷിച്ചിട്ടും വാശി തീരാത്ത മേഘത്തിന്റെയും മനസ്സൊന്നുമാറിക്കിട്ടുവാൻ അവർ പ്രാർത്ഥിച്ചു.

പുഞ്ചപ്പാടത്തുനിന്നും വെള്ളം പതുക്കെപ്പൊങ്ങിപ്പൊങ്ങി വീടിന്റെ മുറ്റത്തേക്കും അവിടെനിന്ന് ഇറയത്തേക്കും അകത്തേക്കും അടുക്കളയിലേക്കും വന്ന് ഉയർന്ന് അരയ്ക്കൊപ്പമെത്താറായപ്പോഴേക്കും വീടുപേക്ഷിച്ച് അവർ ഉയർന്ന പ്രദേശത്തേക്കു കയറി.

വൃദ്ധരെയും രോഗികളെയും താങ്ങിപ്പിടിച്ചും തോളത്തിരുത്തിയും ചട്ടിയും കലവുമെല്ലാം ചാക്കിലാക്കിയും അവർ കുന്നിൻമുകളിലേക്കു കയറിയപ്പോൾ പുലയക്കോളനിയിലെ മിക്കവാറും വീടുകൾ പകുതിയോളം ഉയരത്തിൽ വെള്ളം പൊങ്ങി.

തന്റെ ഓലമേഞ്ഞ വീടിന്റെ മേല്ക്കൂര മാത്രം വെള്ളത്തിനു മുകളിൽ ഉയർന്നു നില്ക്കുന്നതു കണ്ട ചാത്തന് സങ്കടം വന്നു. അവിടേക്കു സങ്കടത്തോടെ അവസാനമായി ഒന്നു നോക്കിയിട്ട് അവൻ മറ്റുള്ളവരോടൊപ്പം വേഗത്തിൽ കുന്നു കയറി.

കുന്നിൻ മുകളിൽ കുറുക്കനും പുലിയുമൊക്കെയുണ്ടെന്ന് കുട്ടികളെ പറഞ്ഞുപേടിപ്പിച്ചവരാണ് ഇപ്പോൾ അങ്ങോട്ടുതന്നെ ഏറ്റവും മുൻപിൽ നടക്കുന്നത്.

“വെള്ളമൊക്കെ ഇറങ്ങീട്ട് തിരിച്ചു വന്നാമതി.” അവർ പരസ്പരം പറയുന്നുണ്ടായിരുന്നു.

അവർക്കിടയിലൂടെ നടക്കുമ്പോൾ ചാത്തൻ തന്റെ കൂട്ടുകാരൻ രവിയെ ഓർത്തു. അവനിപ്പോൾ മേപ്പൂർ ക്ഷേത്രത്തിലെ ശാന്തിക്കാരനാണെന്നാണ് കേൾക്കുന്നത്. അവൻ നമ്പൂതിരിമാരോട് കൂടിയെന്നാണ് എല്ലാവരും പറയുന്നത്.

ചുടലയ്ക്കു സമീപത്തെ അംബേദ്കർ സ്തൂപത്തിൽ ‘ബ്രാഹ്മണ ക്ഷേത്രത്തിലെ ആദ്യത്തെ കീഴാള ശാന്തിക്കു അഭിനന്ദനങ്ങൾ’ എന്ന നോട്ടീസും അതിനുതാഴെ അവന്റെ പേരും ഫോട്ടോയും പതിച്ചുവച്ചത് താൻ കണ്ടത് ചാത്തൻ ഓർത്തു.

ശാന്തിക്കാരനാവുക എന്നത് അത്ര വലിയ കാര്യമാണോ? വളർന്നു വലുതാവുമ്പോൾ അംബേദ്കറെപ്പോലെയോ അയ്യങ്കാളിയെപ്പോലെയോ ഒരു സമൂഹ്യ പരിഷ്കർത്താവാകുകയാണ് വലിയ കാര്യമെന്നാണ് താൻ കേട്ടിട്ടുള്ളത്.

ചാത്തൻ ചിന്തിച്ചു.

മഴവെള്ളവും മലവെള്ളവും വന്ന് പാഞ്ചാലിപ്പുഴ നിറഞ്ഞൊഴുകാൻ തുടങ്ങി.

കരകവിഞ്ഞൊഴുകിയ പാഞ്ചാലിപ്പുഴയുടെ തീരത്തെ പേരാലിന്റെ തറയും കവിഞ്ഞ് ഒരാൾപ്പൊക്കത്തിൽ വെള്ളം പൊങ്ങി.

പേരാലിൽ തറയിലെ പാക്കനാർദൈവത്തിന് ജലസമാധിയായി.

ഇരിങ്ങാലക്കുട ചന്തയിലേക്കു കുട്ടയും മുറവും വില്ക്കാൻ പോയ കോരനും ചേന്നനും തിരിച്ചുവരുമ്പോഴാണ് തങ്ങളുടെ കോളനിയിൽ വെള്ളപ്പൊക്കം വന്നതറിഞ്ഞത്.

അകത്തേക്കും അടുക്കളയിലേക്കുമൊക്കെ വെള്ളം ഒഴുകിയെത്താൻ തുടങ്ങിയപ്പോൾ തന്നെ ആളുകളെല്ലാം അവരവരുടെ വീടുകളിൽ നിന്നും എടുക്കാൻ പറ്റിയതെല്ലാം എടുത്ത പരാക്രമത്തോടെ പുറത്തിറങ്ങാൻ തുടങ്ങി.

എവിടേക്കുപോകും എന്ന ഒരു അന്വേഷണമാണ് എല്ലാവർക്കും ഉണ്ടായത്.

പാഞ്ചാലിപ്പുഴ കരകവിഞ്ഞ് കോളനിയിലെക്കെത്താൻ അധിക സമയം വേണ്ടെന്ന് അവർക്കു തോന്നി. കിഴക്കൻ മലയിലെ വെള്ളവും ഉരുൾപൊട്ടിയ ചളിയും കല്ലുകളുമൊക്കെ ഒഴുകിവന്ന് പാഞ്ചാലിപ്പുഴ വികൃതരൂപിയെപ്പോലെയായി.

“നമുക്കു മേപ്പൂർ മനയിലേക്കു പോകാം.” എല്ലാവരോടുമായി രാമന് അതേപറയാനുണ്ടായിരുന്നുള്ളൂ. അയാൾക്ക് അതിലാണ് പ്രതീക്ഷ. അവിടെയാകുമ്പോൾ ധാരാളം പറമ്പുണ്ട്. വിറകുപുരയും ഊട്ടുപുരയുമൊക്കെയായി മുറികളുള്ളതിനാൽ അവിടെ എവിടെയെങ്കിലും തങ്ങാമെന്നുതന്നെയാണ് കരുതിയത്. മാധവൻ നമ്പൂതിരിയാണെങ്കിൽ എതിർവാക്ക് പറയില്ല.

കോരൻ, ചേന്നൻ, പരമു, ചന്ദ്രൻ, ഉണ്ണിച്ചെക്കൻ, സുബ്രൻ, ചിരുത, ചീരു, നീലി തുടങ്ങിയ വലിയൊരു കൂട്ടം തങ്ങളുടെ അവശ്യസാധനങ്ങളെല്ലാമെടുത്ത്, കുട്ടികളെയെല്ലാമെടുത്ത് ഒക്കത്തുവച്ച് ഏകദേശം അരയോളം ഉയർന്ന വെള്ളത്തിലൂടെ മേപ്പൂർമന ലക്ഷ്യമാക്കി നടന്നു.

താഴെ, കലിതുള്ളിയൊഴുകുന്ന പാഞ്ചാലിപ്പുഴയെ അവർ കണ്ടു.

ഒരാൾപ്പൊക്കം വെള്ളം പൊങ്ങിയ പേരാലിൽതറയിലെ തങ്ങളുടെ ദൈവത്തെയോർത്ത് അവർ വിഷമിച്ചു.

“എന്റെ അറുപത്തഞ്ചുവർഷത്തെ ജീവിതത്തിന്നിടയ്ക്കു ഇതുപോലൊരു വെള്ളപ്പൊക്കം ഇവിടെ വന്നിട്ടില്ല.” പുഴയെ നോക്കിനിന്ന കോരൻ എല്ലാവരോടുമായി പറഞ്ഞു.

മേപ്പൂർ മനയുടെ പൂമുഖക്കോലായോളം വെള്ളം പൊന്തി.

പിന്നാമ്പുറത്തെ തോടും പറമ്പും ചെറിയ കുളവും തിരിച്ചറിയാനാവാതെ വെള്ളം കടൽപോലെ നിന്നു.

അഭയം തേടി വന്നവരെയെല്ലാം മാധവൻനമ്പൂതിരി വിളിച്ച് അകത്തുകയറ്റി. കോണികേറി നേരേ മുകളിൽ ചെന്നിരുന്നോളാൻ പറഞ്ഞു.

മുകളിൽ വിശാലമായ മുറികളും ഇടനാഴിയും വലിയ കോലായുമുണ്ട്. അങ്ങനെയൊരു സൗകര്യം അവർക്ക് ഉണ്ടാക്കിക്കൊടുക്കുന്നതിൽ അദ്ദേഹത്തിനു സന്തോഷമേ ഉണ്ടായിരുന്നുള്ളൂ. അന്തർജ്ജനമാകട്ടെ വന്നവർക്കെല്ലാം ചുക്കുകാപ്പിയും വച്ചുകൊടുത്തു.

നായരും ക്രിസ്ത്യാനിയും പറയനും പുലയനുമൊക്കെ ആ മനയിലിരുന്ന് പരസ്പരം ആശ്വാസവാക്കുകൾ പറഞ്ഞുകൊണ്ടിരുന്നു.

പുഴയിൽനിന്നൊഴുകിയെത്തിയ വെള്ളം ക്ഷേത്രത്തിന്റെ ചുറ്റമ്പലവും കടന്ന് നമസ്കാരമണ്ഡലത്തിന്റെ തറയോളം പൊങ്ങിനിന്നു.

പൂജ കഴിഞ്ഞ് ശ്രീകോവിലിന്റെ നടയടച്ച് പുറത്തിറങ്ങിയ രവി കണ്ടത് മുട്ടിനൊപ്പം വെള്ളത്തിൽ ക്ഷേത്രത്തിനപ്പുറത്തേക്കു കടക്കാൻ വിഷമിക്കുന്ന പാർവ്വതി വാരസ്യാരെയാണ്.

കൈയിൽനിന്ന് പ്രസാദം വെള്ളത്തിൽ വീഴുകയും ചുറ്റമ്പലത്തിന്റെ വാതിലിൽ പിടുത്തം ഉറയ്ക്കാതെ വെള്ളത്തിൽ കാൽവഴുതി വീഴുകയും ചെയ്ത് അവരെ രവി ഓടിച്ചെന്നു കൈയിൽ പിടിച്ച് എഴുന്നേല്പിച്ചു.

അവൻ അവരെ തിടപ്പള്ളിയിലേക്കു കയറ്റി നിർത്തി.

"പേടിയ്ക്കണ്ടാ!" രവി, പാർവ്വതി വാരസ്യാരോടു പറഞ്ഞു.

"ഇല്യ." അവന്റെ വാക്കുകൾ കേട്ടപ്പോൾ അവരുടെ ഭയംപോയി.

"ഇങ്ങോട്ടു കേറി നിന്നോളൂ." രവി അവരെ തിടപ്പള്ളിയിലേക്കു കയറാൻ അനുവദിച്ചു.

രവിയുടെ വാക്കുകൾ സാക്ഷാൽ ദേവിയുടെതന്നെ വാക്കുകളായി വാരസ്യാർക്കു അനുഭവപ്പെട്ടു.

അവരുടെ കണ്ണുകൾ നിറഞ്ഞു. അവർ കൈകൂപ്പി തൊഴുതു, രവിയെ.

അവിടെയുണ്ടായിരുന്ന കീഴ്ശാന്തിക്കാരൻ വെള്ളം പൊങ്ങിത്തുടങ്ങിയപ്പോഴേ സ്ഥലംവിട്ടു.

താഴെനിന്ന് മാധവൻ നമ്പൂതിരിയുടെ വിളികേട്ട് രവി പുറത്തേക്കിറങ്ങിച്ചെന്നു.

മനയ്ക്കു ചുറ്റും വെള്ളം ഒരു കടൽപോലെ പൊങ്ങിയിരിക്കുന്നത് ഇവിടെ നിന്നാൽ കാണാം.

വെള്ളത്തിലൂടെ നടന്നുവന്ന തിരുമേനി അവനോടു പറഞ്ഞു.

"രവീടെ ആൾക്കാരൊക്കെ ഇവിടെ എത്തിയിട്ടുണ്ട്. എല്ലാരേം മുകളിൽ കേറ്റിയിരിക്ക്വാ. എന്തായാലും അത്രത്തോളം വെള്ളം പൊന്തില്ലല്ലോ."

ക്ഷേത്രം ഉയർന്ന സ്ഥലത്തായതിനാൽ വെള്ളം ഒരടിയോളം മാത്രമേ പൊങ്ങിയിട്ടുള്ളൂ.

"അവരൊക്കെ അന്വേഷിക്കുന്നുണ്ട്. നടയടച്ചാൽ അങ്ങോട്ടു ചെന്നോളൂ." അദ്ദേഹം പറഞ്ഞു. മുട്ടിനൊപ്പം വെള്ളത്തിലൂടെ മനയിലേക്കു ചെന്നപ്പോൾ അവിടെ ക്ഷീണിച്ചും ഭയന്നും നില്ക്കുന്ന അപ്പനെയും അമ്മയെയും കോരനപ്പൂപ്പനെയുമൊക്കെ കണ്ടു.

“വീട്ടിൽ എത്രത്തോളം വെള്ളം കയറിയോ ആവോ.” ചന്ദ്രിക, മകനോടു പറഞ്ഞു.

കോലായിലെ തിണ്ണയിൽ ചാരിയിരിക്കുകയായിരുന്ന കോരൻ അവനെ അടുത്തേക്കു വിളിച്ചു പറഞ്ഞു:

“വീട് പകുതിയോളം മുങ്ങി. കൊട്ടിലിലെ മുത്തപ്പന്മാരും ഭഗവതിയുമൊക്കെ വെള്ളത്തിലാ!”

“മല വെള്ളത്തില് ഒക്കെ പോയീന്ന് കരുത്യാമതി.” ചേന്നൻ അതു കേട്ട് കോരനോടു പറഞ്ഞു.

അവരുടെ സംസാരം അധികനേരം കേട്ടുനില്ക്കാൻ രവിക്കായില്ല.

വെള്ളത്തിലൂടെ വിഷമിച്ചു വരുന്ന തിരുമേനിയെ കണ്ടപ്പോൾ രവി അങ്ങോട്ടു ചെന്നു.

മാധവൻ നമ്പൂതിരിക്കു രവിയോടു പ്രത്യേക വാത്സല്യമൊക്കെയുണ്ട്.

“വാ.” അദ്ദേഹം അവനെവിളിച്ച് ഊട്ടുപുരയുടെ നേരെ നടന്നു.

ഊട്ടുപുരയ്ക്കകത്ത് രണ്ടടിയോളം വെള്ളം പൊങ്ങിയിട്ടുണ്ട്. അരിയും സാമാനങ്ങളുമൊക്കെ നശിച്ചു. പച്ചക്കറികൾ വെള്ളത്തിൽ ഒഴുകി നടക്കുന്നു.

വീണ്ടും അടുത്ത മഴയുടെ വരവറിയിച്ച് ആകാശത്ത് ഇടിമുഴങ്ങുകയും അന്തരീക്ഷം ഇരുളുകയും ചെയ്തു.

“ഇന്നുരാത്രി ഇങ്ങനെ മഴ നിന്നു പെയ്താൽ ക്ഷേത്രവും വെള്ളത്തിലാവും!” മാധവൻ നമ്പൂതിരി അവനോടു പറഞ്ഞു.

“എന്തായാലും രവി ഇവിടെത്തന്നെയുണ്ടാവണം.”

അത്രമാത്രം പറഞ്ഞ് തിരുമേനി വെള്ളത്തിലൂടെ മനയിലേക്കു നടന്നുപോയി.

അദ്ദേഹത്തെ അനുസരിച്ച് രവി മുകളിലേക്കു നടന്നു.

ക്ഷേത്രമതിലിനു സമീപം നിന്നുനോക്കിയാൽ താഴെ വെള്ളം ഒരു കടൽപോലെ പൊങ്ങിയതു കാണാം. പാടവും തോടും കുളങ്ങളുമൊക്കെ കവിഞ്ഞുനിന്ന വെള്ളത്തിനു മീതേക്ക് അടയ്ക്കാമരത്തിന്റെയും തെങ്ങുകളുടെയും തലകൾ മാത്രം ഉയർന്നുനിന്നു.

തന്റെ കണ്ണമുത്തൻ ഇപ്പോൾ എവിടെയായിരിക്കും എന്ന് രവി ആലോചിച്ചു.

മഴ വീണ്ടും ശക്തിയായി.

മാധവൻനമ്പൂതിരിയും അന്തർജ്ജനവുംകൂടി അവിടെ അഭയം പ്രാപിച്ചവർക്കു ചോറും കറിയും വച്ചു വിളമ്പിക്കൊടുത്തു.

രാത്രിയിൽ ഭക്ഷണം കഴിഞ്ഞ് അവരെല്ലാം ഓരോ കാര്യങ്ങൾ പറഞ്ഞ് ഉറങ്ങാതെയിരുന്നു.

ഈ രാത്രി മഴ തകർത്തു പെയ്താൽ തങ്ങളുടെ കുടിലുകളെല്ലാം വെള്ളത്തിലാവുമെന്ന് എല്ലാവരും ഭയന്നു.

ഈറ്റവെട്ടി നെയ്തുണ്ടാക്കിയ കുടയും മുറവുമൊക്കെ നശിക്കും.

വീടിന്റെ കോടിയിലും കൊട്ടിലിലിലുമൊക്കെ ഇരിക്കുന്ന മുത്തപ്പന്മാരും കാർന്നോമ്മാരും വെള്ളത്തിലാകും. അവരുടെ ധർമ്മസങ്കടങ്ങൾക്കും ആകുലതകൾക്കും അല്പംപോലും മനസ്സു കൊടുക്കാതെ മഴ രാത്രിയും പെയ്തു.

ഇരുട്ട്... കനത്തമഴ...!

എത്രയിടത്തോളം വെള്ളം പൊങ്ങിയെന്നറിയാതെ, മേപ്പൂർമനയിലെ മുകളിലെ നിലയിൽ പാതിരാവുംകഴിഞ്ഞ് എല്ലാവരും ഉറക്കമിളച്ചിരിക്കുമ്പോൾ, ക്ഷേത്രത്തിലെ ശാന്തിമഠത്തിൽ അറിയാതെ ഒന്നു മയങ്ങിപ്പോയ രവി, തന്റെ ചെവിയിൽ ആരോ "എഴുന്നേല്ക്കെടാ" എന്ന് ആജ്ഞാപിക്കുന്നത് കേട്ട് ഉറക്കത്തിൽ നിന്നും ഞെട്ടിയുണർന്നു.

ഉണർന്നപ്പോൾ കണ്ടത് കട്ടിലിനൊപ്പം വെള്ളമാണ്.

അവൻ റാന്തൽ വിളക്ക് കൈയിലെടുത്ത് വെള്ളത്തിലേക്കിറങ്ങണോ വേണ്ടയോ എന്ന് ചിന്തിച്ചപ്പോൾ കാതിൽ ആ ശബ്ദം മുഴങ്ങി.

–ഭയപ്പെടാതെ പുറത്തേക്കിറങ്ങ്.

ആ ശബ്ദം അവന് പരിചിതമായിരുന്നു.

കണ്ണന്റെ ശബ്ദം!

– രവിയുടെ കണ്ണു മുത്തന്റെ ശബ്ദം!

അവൻ ധൈര്യസമേതം റാന്തൽ ഒരു കൈയിൽപിടിച്ച് അരയ്ക്കൊപ്പം വെള്ളിത്തിലേക്കിറങ്ങി പുറത്തേക്കു നടന്നു.

മഴ അല്പമൊന്ന് ശമിച്ചതിനാൽ, മേഘക്കീറുകൾക്കിടയിലൂടെ പൂർണ്ണചന്ദ്രൻ താഴേക്കു നോക്കി നില്ക്കുന്നുണ്ടായിരുന്നു.

തനിക്കു ചുറ്റും കടൽപോലെ വെള്ളംകണ്ട്, ആ വെള്ളത്തിലൂടെ എങ്ങോട്ടെന്നില്ലാതെ അവൻ നടന്നു.

ഒരാൾ പൊക്കം വെള്ളത്തിലായ ക്ഷേത്രത്തിന്റെ ചുറ്റമ്പലവും ശ്രീകോവിലും ശ്രദ്ധിക്കാതെ, വഴിയേത് പറമ്പേതെന്ന നിശ്ചയമില്ലാതെ നെഞ്ചിനൊപ്പം വെള്ളത്തിലൂടെ നടന്ന രവി, തനിക്കുനേരെ ആരോ തോണി തുഴഞ്ഞുവരുന്നതു കണ്ടു.

കണ്ണനായിരുന്നു, അത്.

രവിക്കു സമീപത്തേക്കു തോണി തുഴഞ്ഞെത്തിയ കണ്ണൻ അവനെ ആ തോണിയിൽ കയറാൻ സഹായിച്ചു.

അവനെ തോണിയിലിരുത്തി അയാൾ പ്രളയത്തിലൂടെ തോണിതുഴഞ്ഞു.

തന്റെ കണ്ണമുത്തനോട് അവന് ചോദിക്കാൻ കുറേയുണ്ടായിരുന്നെങ്കിലും അവനതിനു കഴിഞ്ഞില്ല.

"നിന്റെ ജീവിതം ഒരു ശാന്തിക്കാരനായി അവസാനിക്കേണ്ടതല്ല." അവനെ ശാസിക്കുന്ന രീതിയിൽ കണ്ണൻ പറഞ്ഞു. "നിന്നെ ആശ്രയിച്ചു കഴിയുന്ന വലിയൊരു സമൂഹത്തെ രക്ഷിക്കേണ്ട കടമ നിനക്കുണ്ട്. അത് നീ മറക്കരുത്. അത് നിന്നെ ഓർമ്മപ്പെടുത്താനാണ് ഞാൻ തിരിച്ചു വന്നത്."

പാഞ്ചാലിപ്പുഴയിലൂടെ രവിയെ ഇരുത്തി തോണിതുഴഞ്ഞ കണ്ണൻ അത്രയും പറഞ്ഞുനിർത്തി. കടൽപോലെ വിസ്തൃതമായ പാഞ്ചാലിപ്പുഴയുടെ ജലത്തിനു മീതേക്കു ഉയർന്നുനിന്ന പേരാലിൽ സമീപത്തെത്തിയപ്പോൾ കണ്ണൻ തോണിനിർത്തി, അവനോടു പറഞ്ഞു.

"നമ്മുടെ വർഗ്ഗത്തെ ഇരുളിലാണ്ടുപോകാതെ കൈപിടിച്ചുയർത്തേണ്ട കമടയും ഉത്തരവാദിത്വവും നിനക്കുണ്ട്. വെറുമൊരു ശാന്തിക്കാരനാവാനല്ല, അടിയാള സമൂഹം ഇരുട്ടിൽ തപ്പുമ്പോൾ നെഞ്ചിലൊരു പന്തംകൊളുത്തി അതിന്റെ വെളിച്ചത്തിൽ അവർക്കു വഴികാട്ടിയാവേണ്ടവനാണു നീ. അത് ഓർമ്മിപ്പിക്കാൻ വേണ്ടി മാത്രമാണു ഞാനിപ്പോൾ വന്നത്. ഇനി ഞാൻ പോകുന്നു."

അത്രയും പറഞ്ഞ് കണ്ണൻ തോണി തുഴയുന്ന പങ്കായം അവനു നേരെ നീട്ടിയിട്ടു പറഞ്ഞു.

"ചെല്ല് ഒരാളെപ്പോലും ബാക്കിവെക്കാതെ എല്ലാവരെയും രക്ഷിക്ക്. നിനക്കതിനു കഴിയും." രവി പങ്കായം വാങ്ങി.

അത്രയും പറഞ്ഞ് കണ്ണൻ വെള്ളത്തിലേക്കു ഊളിയിട്ടിറങ്ങി.

"കണ്ണമുത്താ!" രവി ഉറക്കെവിളിച്ചെങ്കിലും അയാൾ അതുകേട്ടില്ല.

പ്രളയജലത്തിലേക്ക് ആഴ്ന്നിറങ്ങിയ കണ്ണൻ പേരാലിൻ തറയിലെ പാക്കനാർ പ്രതിഷ്ഠയിൽ സമാധിയായി.

രവി പുതിയൊരുൾപ്രേരണയോടെ തന്നെ കാത്തിരിക്കുന്നവർക്കു വേണ്ടി തോണിതുഴഞ്ഞു മുന്നോട്ടു നീങ്ങി.